मूल्य शिक्षणासाठी दररोज एक कथा

आधुनिक नीतिकथा

जानेवारी–फेब्रुवारी

मूर्ख सुलतान
आणि इतर कथा

प्राचार्य डॉ. प्रभाकर चौधरी

प्रकाशक : डायमंड पब्लिकेशन्स

२६४/३ शनिवार पेठ, ३०२ अनुग्रह अपार्टमेंट, ओंकारेश्वरमंदिराजवळ, पुणे–४११ ०३०

☎ ०२० :२४४५२३८७, २४४६६६४२ info@diamondbookspune.com, www.diamondbookspune.com

प्रथम आवृत्ती : नोव्हेंबर २००८, द्वितीय आवृत्ती : एप्रिल २०१४, ISBN 978-81-8483-515-1

© डायमंड पब्लिकेशन्स, मुखपृष्ठ : शाम भालेकर, आतील चित्रे : घनश्याम देशमुख

मुद्रक : रेप्रो नॉलेज कास्ट लिमिटेड, ठाणे

डायमंड पब्लिकेशन्स

लेखकाचे मनोगत

गोष्ट प्रत्येकाला आवडते. कुटुंबात आजी-आजोबा गोष्टी सांगत. लहानगे त्या ऐकत. त्यात रमत. त्यांना त्यात नवीनता वाटत असे. आनंद मिळत असे. अशा गोष्टी सांगणारे आजी-आजोबा आता कुटुंबातही नाहीत. कुटुंबे छोटी छोटी होत आहेत. मुला-मुलींच्या शिक्षणाची सगळी जबाबदारी आता शिक्षक व शाळांवर आली आहे. आमच्या शिक्षकांना परीक्षेची तयारी करवून घ्यायची आहे. विद्यार्थ्यांचे परीक्षेतील गुण वाढायला हवेत, कारण स्पर्धेचे जग आहे. पण संस्कारही हवेत. मुला-मुलींच्या अंगी सद्गुणही बाणवले जायला हवेत. म्हणून शाळांमधूनच नव्हे तर महाविद्यालये व विद्यापीठांतूनही मूल्यशिक्षणाची गरज आहे. आम्ही पदवीधरांचे तांडेच्या तांडे निर्माण करीत आहोत. पण त्यांच्या आचार-विचार-उच्चाराला शिस्त आहे का? मूल्यांची, सद्गुणांची चौकट आहे का ?

गोष्ट हा वाङ्मयप्रकार तर आहेच पण परंपरेने आपल्या समाजात प्रचंड लोककथा आहेत. जगभर विविध भाषांत लोककथा आहेत. राजांच्या, राण्यांच्या, महापुरुषांच्या, युक्तीच्या, चातुर्याच्या, प्रामाणिकपणाने वागण्याच्या, दया, क्षमा, शांतीच्या आणि जीवन सुंदर, मंगल व उदात्त कसे जगावे याच्या ! सर्वांनाच गोष्ट वाचणे, ऐकणे आवडते. त्यातील दुष्टाचे परिमार्जन व सुष्टाचा विजय आवडतो. गोष्टी, घटना, प्रसंग जीवनाला अर्थ प्राप्त करून देतात. गोष्टींतून बोध घेता येतो. गोष्टींतून प्रेरणा मिळते. नैराश्य झटकले जाते. स्वहिताचा विचार बाजूला सरतो. परहिताचाही विचार सुरू होतो. असे सामर्थ्य गोष्टीत, घटनात व प्रसंगांच्या वर्णनात असते. गोष्टींतून मूल्यसंस्कार घडतो.

माझ्या अनेक वर्षांच्या व्यासंगातून, अभ्यासातून ह्या तीनशे सहासष्ट गोष्टी मी माझ्या भाषेत व शैलीत लिहिल्या आहेत. शिक्षणाच्या सर्वच स्तरावरील शिक्षकांसाठी, पालकांसाठी या गोष्टी आपली शाळा व कुटुंब संस्कारमय करण्यासाठी उपयुक्त ठराव्यात. संत नामदेव महाराजांची 'ज्ञानदीप लावू जगी' हीच प्रेरणा या लेखनामागे आहे.

– डॉ. प्रभाकर श्रावण चौधरी

१. हिरा

फार जुनी गोष्ट आहे. जंगलातून जाणाऱ्या एका रस्त्याने एक रत्नपारखी दुसऱ्या गावाला जात होता. तो मोठा चाणाक्ष व हुशार होता. त्याच रस्त्याने एक कुंभार चालत येत होता. त्याच्यासोबत त्याचे गाढव होते. रत्नपारख्याने बघितले कुंभाराच्या गाढवाच्या गळ्यात एक मोठा हिरा बांधलेला आहे. रत्नपारखी आश्चर्यचकित झाला. त्याने कुंभाराला विचारले, ''अरे, या गाढवाच्या गळ्यात बांधलेल्या दगडाचे किती पैसे घेशील?'' कुंभाराला काय ठाऊक की तो हिरा आहे? कुंभार उलट त्या माणसाकडे आश्चर्याने बघून म्हणाला, ''आठ आणे मिळाले तरी पुष्कळ आहे.'' रत्नपारखी चाणाक्ष व हुशार होता पण तेवढाच स्वार्थी व आपमतलबी होता. तो म्हणाला, ''चार आण्याला दे. दगड तर आहे. करशील तरी काय त्याचे?''

कुंभारही अडून उभा होता. सहा आण्याच्या खाली कुंभार येईना. तेव्हा रत्नपारखी विचार करू लागला. थोड्या वेळाने येईल आणि देईल. तो पुढे चालू लागला. पण कुंभार परत आला नाही. रत्नपारखीच परत फिरला. पण तोपर्यंत सौदा झाला होता. कोणीतरी हिरा खरेदी केला होता. कितीला दिला असे विचारल्यावर पूर्ण एक रुपया मिळाला असे कुंभाराने सांगितले. आठ आण्याला, सहा आण्याला विकला असता तर मोठे नुकसान झाले असते असेही म्हणाला. रत्नपारख्याला मात्र जोराचा आघातच बसला.

रत्नपारखी कुंभाराला म्हणाला, ''मूर्ख आहेस तू. तू खरोखरच गाढव आहेस. मूर्ख माणसा, लाखो रुपयांचा हिरा फक्त एक रुपयाला विकलास.''

तो कुंभार म्हणाला, ''मालक, मी गाढव होतो, म्हणून तर लाखो रुपयांचा हिरा गाढवाच्या गळ्यात बांधला होता. पण तुम्हाला काय म्हणावे? तुम्हाला तर ठाऊक होते. लाखो रुपयांचा हिरा गाढवाच्या गळ्यात बांधला आहे. पण तुम्ही दगडाचीही किंमत द्यायला तयार नव्हता. मी तर मूर्ख नि गाढवच. पण तुम्हाला काय म्हणावे?''

2. ईश्वरप्राप्ती

कबीर आपल्या घरी बसले होते. त्यांच्याजवळ एक माणूस येऊन बसलेला होता. एक वयस्कर जिज्ञासू तेव्हा कबीरांकडे आला. तो म्हणाला, "ईश्वरप्राप्तीचा मार्ग कोणता आहे ?" कबीर शांत बसून होते. थोडा वेळ विचार केला. नंतर खिडकीपाशी गेले. खिडकीतून बाहेर डोकावले. तेव्हा म्हणाले, "सूर्य आता अस्तास जाणारच आहे. सायंकाळ व्हायची वेळ जवळच आली आहे."

ते शब्द जिज्ञासूने ऐकले तो उठला. त्याने कबीरांना प्रणाम केला आणि तो निघून गेला. अगोदरपासून कबीरांजवळ बसलेला माणूस मात्र बुचकळ्यात पडला. त्या आलेल्या व्यक्तीने विचारले काय आणि कबीरांनी उत्तर दिले काय? सगळेच त्याला विसंगत वाटले.

तो माणूस कबीरांना म्हणाला, "तुम्ही त्या व्यक्तीला असं का बरे बहकवून टाकले?" कबीर म्हणाले, "मी त्याला बहकवलं नाही आणि टाळलंही नाही. उत्तर योग्य व समप्रमाणात होतं. तो माणूस तर समाधानी होऊन परत गेला आहे. तुला विश्वास वाटत नसेल तर जा त्याला भेट आणि विचार."

तो माणूस त्वरित पळतपळतच गेला. त्याने त्या व्यक्तीला गाठलेच. त्याला विचारले, "कबीरांच्या उत्तराने तुम्ही समाधानी झालात का?" त्याने होकार भरला. ती व्यक्ती म्हणाली, "त्यांनी योग्यच सांगितलं. माझ्या जीवनाची सायंकाळ येत आहे. आता ईश्वरप्राप्ती व्हायला असा किती वेळ शिल्लक आहे? माझ्या चुकीचा मला पश्चाताप होत आहे. ईश्वरप्राप्तीसाठी आधीच्या आयुष्यात जे काही मंगल व शुभ, चांगले व परोपकारी मी करायला हवं होतं... ते केलं नाही. उगाच ईश्वरप्राप्तीचे मार्ग विचारीत हिंडलो. आता मात्र मी खऱ्याखुऱ्या रस्त्यावर आलो आहे. मला आता एक क्षणही वाया घालवायचा नाही."

3. ऋण

वर्तमानपत्रातून, मासिकांतून वाचकांच्या पत्रव्यवहारात अनेक लोक आपापले अनुभव, जीवघेणे प्रसंग, घटना लिहून पाठवितात. त्यात सत्य असते. म्हणूनच त्यांचे ते निवेदन हृद्य वाटते. एका सर्जन असलेल्या डॉक्टरने त्याच्यावर गुदरलेला एक प्रसंग एकदा लिहिला होता.

एकदा एक नावाजलेला गुंड डॉक्टरच्या दवाखान्यात त्याच्या नातेवाईकाला बघण्यास आला. त्या नातेवाईकाचे अवघड ऑपरेशन डॉक्टरने यशस्वी केले होते. पण पैशांवरून त्या गुंड व्यक्तीशी डॉक्टरांचे भांडण झाले. भांडण तीव्र स्वरूपाचे झाले. त्या गुंडाने डॉक्टरांना मारून टाकण्याची धमकी दिली. नेहमीप्रमाणे डॉक्टर दवाखान्यातून घरी पायीपायी चालले होते. तेवढ्यात समोरून एक मेटॅडोर डॉक्टरांच्या दिशेने त्यांच्या अंगावरच येत होती. ही मेटॅडोर त्याच गुंडाची आहे हे त्यांच्या लक्षात आले. तो ड्रायव्हर डॉक्टरवर जीवघेणा हल्ला करणार होता. जेव्हा मेटॅडोर डॉक्टरच्या दिशेने वेगाने आली, तेव्हा सडकेच्या बाजूचा नेहमी तिथे झाडाखाली बसणारा एक भिकारी वीजेच्या वेगाने धावत आला. त्याने डॉक्टरांना जोराचा धक्का दिला. डॉक्टर रस्त्याच्या कडेला फेकले गेले. तो भिकारी मात्र मेटॅडोरच्या चाकांखाली आला. तो बेशुद्ध झाला. आणि डॉक्टरांना मात्र केवळ खरचटले होते.

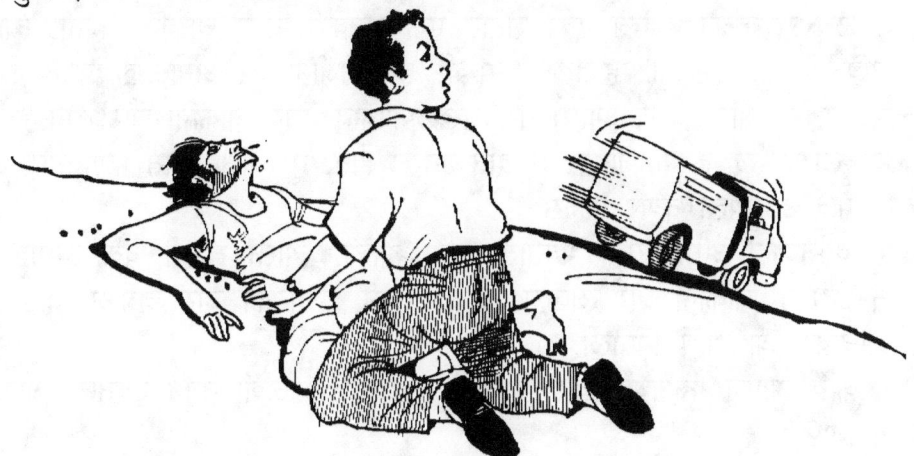

त्या भिकाऱ्याच्या चेहऱ्यावर असीम वेदना होती. डॉक्टरांनी त्याला हाडांच्या सर्जनकडे नेले. त्याच्या दोन्ही पायांची हाडे मोडली होती. त्याचे ऑपरेशन झाले. सुदैवाने तो भिकारी तीन-चार महिन्यांनी बरा झाला. त्याचा सगळा खर्च डॉक्टरांनी केला. नंतर एकदा डॉक्टरांनी त्याला सहानुभूतीपूर्वक, त्याने असे का केले त्याचे कारण विचारले. तो भिकारी प्रसन्नतेने म्हणाला, ''डॉक्टर, मी तुम्हाला नेहमीच बघत होतो. डॉक्टरसाहेब, मी मेलो असतो तरी माझ्याबद्दल दु:ख करणारे कोणीही नव्हते. प्ररंतु तुम्ही जिवंत राहिलात, तर आणखी हजारोंचे प्राण वाचवाल.''

निवेदनाच्या शेवटी डॉक्टरने लिहिले होते : ''गरीब लोकांचे अंत:करणही किती मोठे असते, याचे मला त्यादिवशी प्रत्यंतर आले. तेव्हापासून मी गरीबांकडून अल्प पैसे घेतो. भिकाऱ्यांकडून तर पैसेच घेत नाही. मला त्यांचे ऋण चुकवायचे आहे.''

४. अंधविश्वास

एक गाडीवाला होता. गरीब होता. थोडेफार शिकलेला होता. बैलगाडीचा त्याचा व्यवसाय होता. हमालीची कामे तो करायचा. तो हनुमानाचा भक्त होता. हनुमान मंदिरात नित्यनियमाने जात असे. हनुमानाचे दर्शन घेई. तिथेच बसे. हनुमानचालिसा वाचत असे. हनुमानाने कानाने आपले वाचन ऐकावे, आपण करत असलेली स्तुती ऐकून हनुमानाने आपल्याला श्रेष्ठ भक्त म्हणावे असे त्याला वाटत असे.

एके दिवशी गाडीवाला आपली गाडी घेऊन दूर अंतरावर खेड्यावर गेला. गाडीत खताची पोती होती. रस्त्यात एका ठिकाणी मोठे डबके होते. ते चुकविता येत नव्हते. डबक्यात चिखल होता. गाडीची चाके चिखलात फसली. बैल ओढू शकत नव्हते. तो स्वतः चिखलात.. पाण्यात उतरू इच्छित नव्हता. मग गाडी बाहेर कशी निघेल?

गाडीवाला गाडीत बसूनच मोठमोठ्याने हनुमानचालिसा म्हणायला लागला. हनुमानांनी यावे आणि गाडी खेचून बाहेर काढावी असे त्याचे विचार होते.

हनुमानचालिसा पुन्हा पुन्हा म्हणता म्हणता बराच उशीर झाला. हनुमानजी मात्र काही आले नाही. तो वैतागला, चिडला. वाईटसाईट बोलू लागला.

जवळच रस्त्याच्या कडेला एका शेतात एक शेतकरी नांगर चालवित होता. त्याने हे नाटक बघितले. तो मोठ्याने म्हणाला, "मूर्खा, हनुमानजींनी तर अनोळखी पर्वत उखडून आणला होता. तू त्यांचा भक्त आहेस तर चिखलपाण्यात उतर. चाकांना जोर लाव. त्यामुळे गाडी ढकलली जाईल. हनुमानजी तर समुद्रात उतरले होते. तू त्यांचा भक्त म्हणवतोस आणि चिखलात मात्र उतरायला तयार नाहीस."

या वक्तव्याने अंधविश्वासू भक्ताला जाग आली. त्याला त्याची चूक उमगली. तो चिखलात उतरला. चाकांना जोर लावला. चाके हलली. बैलांनीही जोर लावला. गाडी चालू लागली. चिखलाच्या बाहेर निघाली.

जे कार्य आपण पुरुषार्थाने करू शकतो, त्यासाठी आळशी बनून देवतांचा धावा कां म्हणून करावा?

५. राष्ट्रभक्ती

ऑस्कर वाईल्ड हा आयरिश लेखक होता. एकोणिसाव्या शतकात 'कलेसाठी कला' या तत्त्वाचा पुरस्कार करून त्याने विनोदी लेखन केले. ''चांगली पुस्तके वाचावयास मिळावीत म्हणून मी चांगले मित्र गोळा करतो आणि चांगल्या बुद्धिमत्तेसाठी मी माझे शत्रू पत्करतो,'' असा त्याचा एक विचार आहे.

अब्राहम लिंकन एकोणिसाव्या शतकात अमेरिकेचे राष्ट्राध्यक्ष होते. त्यांनी संरक्षणमंत्री म्हणून एका उद्दाम स्वभावाच्या व्यक्तीची नेमणूक केली. या व्यक्तीचे, राष्ट्राध्यक्षांचे शुभचिंतक त्यांना म्हणाले, ''संरक्षणमंत्री पदावर नियुक्त केलेल्या व्यक्तीविषयी तुम्हाला चांगली माहिती आहे ना?''

लिंकन यांनी उत्तर दिले, ''होय. मला ठाऊक आहे.''

''ती व्यक्ती नेहमीच वेळोवेळी तुमचा गोरिला म्हणून निर्देश करीत असते, हेही तुम्हांस ठाऊक आहे का?'' त्या शुभचिंतकांनी लिंकन यांना विचारले.

''होय. ते सुद्धा ठाऊक आहे.'' लिंकन उत्तरले.

''अहो, अनेकदा त्या व्यक्तीने तुमचा अपमान केला आहे, हे सुद्धा तुम्हाला ठाऊक आहे का?''

''होय. ते पण ठाऊक आहे.''

''इतके जर तुम्हाला सारे माहिती आहे तरी तुम्ही त्या व्यक्तीला एवढ्या महत्त्वाच्या पदावर का नेमले? चुकीच्या पदावर तर बसविले नाही ना?'

''अहो, तुम्हाला कसे समजत नाही...''

त्यांचे म्हणणे तोडत अब्राहम लिंकन त्या मित्रांना म्हणाले, ''अहो, मी समजण्याच्या अगोदर, तो एक योग्य व्यवस्थापक व प्रशासक आहे आणि त्याच्या क्षेत्रात कुशल आहे. तो एक निष्ठावंत कार्यकर्ता आहे, हे तुम्ही कसे समजून घेत नाहीत? तो अब्राहम लिंकन यांचा भलेही अपमान करतो पण त्याचे गुण व त्याची योग्यता राष्ट्राला उपयुक्त व हितकर ठरणारी आहे. वैयक्तिक द्वेषाच्या भावनेमुळे मी एखाद्या कार्यकुशल व्यक्तीला राष्ट्रापासून कसे दूर ठेवू शकतो? राष्ट्राला त्याची सेवा पाहिजे आहे. त्या सेवेपासून वंचित कसे ठेवू? मला राष्ट्राच्या सेवेसाठी लिंकनभक्त माणसे नकोत, राष्ट्रभक्त माणसे पाहिजेत. मी नेमलेला संरक्षणमंत्री राष्ट्रभक्त आहे, याबद्दल माझा पूर्ण विश्वास आहे.''

६. विवशता

इराणमधील गोष्ट आहे. तेथे एक खूप मोठा द्राक्षांचा बगिचा होता. द्राक्षांच्या वेलीच वेली होत्या. त्यांच्यासाठी मांडव घातला होता. त्या परस्परांत गुंफल्या गेल्या होत्या. बगिच्याभर फैलावल्या होत्या. द्राक्षांचे घोसचे घोस लटकले होते. एका वेलीवरची एक फांदी दुसऱ्या फांदीला म्हणाली, ''बघ, आपण किती दुर्भागी आहोत. दरवर्षी लोक येतात आणि पिकलेली द्राक्षे तोडून नेतात. पण कोणी एखादा माईचा लाल आपले केव्हा उपकार तरी मानतो का?''

तिथेच बगिच्यात एक माणूस उभा होता. तो अतिशय बुद्धिमान होता. तो त्या फांदीचे म्हणणे लक्षपूर्वक ऐकत होता. फांदीचे त्याच्याकडे लक्ष गेले. तिने विचार केला, 'या माणसाजवळ बुद्धी आहे. तर आपल्या या प्रश्नाचे उत्तर यालाच का न विचारावे? तो खचितच हा प्रश्न सोडवेल.' ती फांदी त्या बुद्धिमान माणसाला म्हणाली, ''तुम्ही हुशार आहात तर मी एक क्षुल्लक फांदी आहे. पण माझ्या अंगाखांद्यावर दरवर्षी पुष्कळ द्राक्षे मी उपजविते. द्राक्षे पक्व झाली म्हणजे लोक येतात आणि निर्दयपणे ती पिकलेली द्राक्षे.... त्यांचे घोसचे घोस तोडून नेतात. आमचे कोणीही, केव्हाही, थोडेसेही उपकार मात्र मानीत नाही.''

बुद्धिमान माणूस गप्प उभा होता. फांदीचे म्हणणे ऐकून तो विचार करीत होता. तेवढ्यात तेथून जाणारा एक खोजा फकीर त्याला दिसला. त्याने त्या फकीराला थांबविले आणि तो प्रश्न विचारला. खोजा फकीर प्रथम तर जोराजोरात हसला. नंतर द्राक्षांच्या वेलीकडे बघत म्हणाला, ''अगं, तुला लहानशी गोष्टही कशी समजत नाही? ही तुमची विवशता आहे असो वा नसो, तुम्हाला द्राक्षे निर्माण करावयाचीच आहेत, हे लोकांना पूर्ण ठाऊक आहे. ही तुमचे अटळ कर्तव्य आहे. याचा फायदा कोणीही घेऊ शकतो. यात उपकार मानण्याचा प्रश्नच कुठे निर्माण होतो?''

७. स्नेह

एक गाव होते. त्या गावात एक सुखवस्तू माणूस राहत असे. लहानपणापासून तो आडदांड होता. त्याच्यावर वागण्या-बोलण्याचे संस्कार नव्हते. त्याचा स्वभाव उद्दाम होता. त्याची भाषा कठोर होती. तो सर्वांशीच कठोरपणाने वागत असे. लहान-मोठा असा कुणीही असो, त्याच्या समोर त्यांचे महत्त्व नसे. याचा परिणाम जो व्हायचा तोच झाला. त्याच्याबद्दल गावात सर्वत्र कटुता निर्माण झाली. तो जिथे जायचा तिथे लोक त्याच्यापासून चार हात दूर राहायचे. त्याचा उग्र चेहरा बघून लोक त्याचा तिरस्कार करू लागले.

त्याला हे सगळे हळूहळू जाणवू लागले. पण त्याचा स्वभाव काही जाईना. अप्रिय बोलणे, कडू बोलणे, तुच्छतापूर्वक वागणे काही तो थांबवू शकेना. हळूहळू तो आत्मचिंतन करू लागला. त्याला आपल्या वागण्याचे दुःख होऊ लागले. दुःखाने घेरलेला माणूस मग उदास बनतो.

एकदा त्या गावात प्रवचनकार आले. राममंदिरात दररोज सकाळ-संध्याकाळ त्यांची प्रवचने होत. हा उद्दाम माणूस त्यांना भेटायला गेला. तो त्यांना म्हणाला, "महाराज, हे जग मोठे वाईट आहे. या गावातील लोक माझ्यापासून फटकून राहतात मी काय करू?" त्याने सविस्तर आणखी काही सांगितले.

प्रवचनकार जाणते होते. त्यांनी त्याच्या चेहऱ्यावरील कठोर भाव बघितला. बोलण्यातील तिखटपणाही त्यांना जाणवला. त्याचा आजार ते समजले. त्यांनी त्याला एक समई व एक वात आणायला सांगितली.

तो माणूस गेला आणि समई व वात घेऊन आला. नंतर प्रवचनकारांनी त्याला समईत पाणी घालायला सांगितले. त्याने समईत पाणी टाकले. नंतर त्यांनी वात पेटवायला सांगितली. समईत वात पेटेना. तो कंटाळून उग्रतेने म्हणाला, "महाराज, वात तर पेटत नाही."

प्रवचनकारांना हसू आले. ते म्हणाले, "अरे वेड्या, जोपर्यंत समईत तेल टाकणार नाहीस तोपर्यंत ती वात कशी पेटेल? समईत तर पाणी आहे, पाणी. तुझे उपरणे हातात घे. समईतील पाणी फेक. वात चांगली कोरडी कर. उपरण्याने समई स्वच्छ पूस. त्यात थोडे तेल घाल. मग दिवा पेटव. तेव्हा तो जळेल आणि प्रकाश देईल. चांगुलपणासाठी प्रेमाची भाषा हवी. प्रेमपूर्वक वागणे हवे. तुझ्या वागण्यात-बोलण्यात मधुरता, मृदुता आण."

त्या माणसाला रस्ता सापडला. तो प्रेमाने वागू-बोलू लागला.

८. नव्याण्णवचा चक्कर

एक सम्राट होता. पत्नी, मुलगा, राजवाडा, संपत्ती भरपूर होती. सर्व प्रकारांनी, सर्व प्रजा समाधानी होती. परंतु राजा समाधानी नव्हता. प्रत्येक दिवशी काही ना काही कटकट निर्माण होत असे. बायकोचा आग्रह असे. काही मागणे असे. ती रुसायची. मुलगा कोणावर ना कोणावर अत्याचार करीत असे. सैन्यात धुसफूस असे. शत्रूचे भय होतेच. काही रोग तर आपल्याला होणार नाही ना? अशी भीती वाटे... अशा अगणित बाबी होत्या. राजाला समाधानाची अशी झोप येत नसे. इच्छा-अकांक्षाही स्वस्थ बसू देत नसत.

एकदा राजा महालाच्या गच्चीवर हिंडत होता. किल्ल्याच्या खाली आवाराच्या भिंतीजवळ एक झोपडी होती. राजाचे लक्ष त्या भिंतीजवळील झोपडीकडे गेले. तेथे एक गरीब कुटुंब राहत असावे. नवरा, बायको, मुलगा. मातीची भांडी, खाण्याची विशेष सामग्री नाही. राजा दररोजच गच्चीवर जाऊन मोकळ्या हवेत फिरत असे. तो दररोज त्या झोपडीकडे बघे. झोपडीबाहेर खाट पडलेली असे. समोरच एक मोठे झाड होते. त्या झाडाच्या सावलीत बसूनच ते कुटुंब जेवण करीत, मजेत हसत खिदळत असत. एके दिवशी मस्त मजेत, सुखात जेवण करून ते सगळे तिथेच सावलीत दुपारची गाढ झोप घेत असल्याचे राजाने बघितले. 'यांच्या जवळ काहीही नाही पण हे असे मजेत व सुखात कसे बरे राहतात?' असा प्रश्न त्याला पडला.

हाच प्रश्न राजाने प्रधानाला विचारला. प्रधानाने एक पिशवी घेतली. त्यात नव्याण्णव रुपये घातले. ती पिशवी वरून त्या गरीबाच्या घरात टाकली. त्यांनी ती उचलली. अचानक अकस्मात आकाशातून त्यांना इतके रुपये मिळाले. नाहीतर त्यांच्याजवळ एक पैसाही शिल्लक नसायचा. पण सगळ्यांनी ठरविले : 'एकेक पैसा जमा करून या नव्याण्णवचे शंभर रुपये करायचे.' ज्या दिवशी पैसा वाचवू शकत नसत त्यादिवशी त्यांच्यात भांडण व्हायचे. दुसऱ्याने अधिक खर्च केला. परस्परांत भिंत निर्माण झाली. मने दुभंगली. भांडणे होऊ लागली. ते झगडे बघून राजाने प्रधानाला असे घडण्याचे कारण विचारले.

प्रधान म्हणाला, ''याचेच नाव 'नव्याण्णवचा चक्कर' असे आहे. मनात इच्छा-आकांक्षा निर्माण झाल्या म्हणजे सुख-शांती-आनंद-मौज राहत नाही. समाधानाची झोप येत नाही. हेच सुखदु:खाचे रहस्य आहे.''

१. झेंडा

एक शिंपी होता. वयस्कर होता. तो आजारी झाला. पंच्याहत्तराच्यावर त्याचे वय होते. त्याचे शेवटचे दिवस होते. एका रात्री त्याला स्वप्न पडले... त्याच्या घराण्यात प्रेत जाळत नसत. जमिनीत पुरत. त्याला स्मशानभूमीत आणले आहे. त्याचे प्रेत जमिनीत पुरत आहेत... तेथे सर्वत्र रंगीबेरंगी झेंडे लावलेले होते. शिंप्याने तेथेच उभ्या असलेल्या एका महात्म्यास विचारले, ''येथे हे झेंडे का लावले आहेत?'' शिंप्याला उत्सुकता होती. महात्मा म्हणाला, ''ज्यांचे ज्यांचे तू कापड चोरलेस, जितके चोरलेस, त्यांचे प्रतिकरूपाने हे रंगीबेरंगी लहान-मोठे झेंडे इथे लावले आहेत. ईश्वर त्याचा हिशोब करील...''

शिंपी घाबरला. तो म्हणाला, ''देवा माझ्यावर दया कर.''

झेंडे प्रचंड संख्येने होते. घाबरून त्याने देवाचा धावा करताच त्याला जाग आली.

नंतर त्याची तब्येत सुधारली. दुकानात आला. तेथे त्याचे शिष्य होतेच. ते कपडे शिवत. शिंप्याकडून कटाई शिकत. तो शिप्यांना म्हणाला, ''मुलांनो, माझा माझ्यावर विश्वास नाही. मोह काही सुटत नाही. माझी फार जुनी खोड आहे. उत्तम कापड आले म्हणजे त्यातून मी कापड चोरणारच. आता म्हातारपणात बदलणे अवघड आहे. मी कापड चोरत आहे असे बघताच तुम्ही म्हणायचे, 'गुरुजी! झेंडे...' मोठ्या आवाजात म्हणायचे, 'गुरुजी, झेंडे.....'

शिष्यांनी याचा अर्थ विचारला. पण शिंप्याने तो काही सांगितला नाही.

तीन दिवस गेले. शिष्यांना अनेकदा गिल्ला करावा लागे, 'गुरुजी, झेंडे.....' तो थांबायचा.

चवथ्या दिवशी मात्र त्याला अवघड झाले. न्यायाधिशांचा फुलसूट शिवायला कापड आले होते. कापड उत्तम व भारी होते. आता शिष्य 'गुरुजी, झेंडे...' असे ओरडतीलच म्हणून तो घाबरला. त्याने शिष्यांकडे पाठ केली आणि तो कापड चोरू लागला. तेवढ्यात शिष्य ओरडलेच, 'गुरुजी, झेंडे....' तेव्हा शिंपी म्हणाला, ''अरे, ओरडू नका असे. या रंगाचा झेंडा तेथे नव्हताच.''

१०. मोत्यांची शेती

फार जुनी गोष्ट आहे. राजेशाहीचा काळ होता. एका माणसाला चोरीचा अपराध करताना पकडले. सैनिकांनी त्याला राजासमोर उभे केले. राजदरबार भरलेला होता. त्या राज्यात चोरीचा गुन्हा मोठा समजला जात असे. कुणी कुणाची संपत्ती लुटू नये म्हणून कडक बंदोबस्तासाठी शिपाई नेमले होते. चोरी गर्हणीय समजली जात असे. जनतेला वचक बसावा, नवे नवे गुन्हेगार निर्माण होऊ नयेत हाही हेतू होता. चोरीचा गुन्हा केलेल्यास फाशीची शिक्षा ठोठावली जात असे. ज्याने चोरी केली होती, त्याचा गुन्हा सिद्ध झाला होता. त्यालाही फाशीची शिक्षा फर्माविण्यात आली. तेव्हा राजाने त्याला विचारले, "फाशी जाण्याच्या अगोदर तुझी काही इच्छा असेल तर ती सांग.''

हा चोर हुशार, चाणाक्ष व चतुर होता. तो म्हणाला, "महाराज, मला मोत्यांची पैदास करता येते. मृत्यूपूर्वी प्रचंड मोती निर्माण करावेत आणि त्या मोत्यांच्या राशीने तुमच्या राजकोषाला शोभा आणावी, अशी माझी इच्छा आहे.''

राजाने त्याचे म्हणणे मान्य केले. त्याला काही दिवसांसाठी मुक्त केले. शिपायांचा पहारा मात्र त्याच्यावर होता. त्या माणसाने राजवाड्याजवळचे एक मोकळे शेत निवडले. तेथे एक मोठी विहीर खोदली. पाण्याची व्यवस्था केली. त्या शेतजमिनीची चांगली नांगरट केली. ते शेत समतल केले. नंतर स्वच्छता करून वखरणी केली. तो त्या शेतातच मोत्यांची पैदास करणार होता. राजा, प्रधान, शिपाई तेथे शेतात आले. मोत्यांची शेती हा माणूस कशी करतो याबद्दल सर्वांनाच कुतूहल होते.

शेत पेरणीस योग्य झाल्याचे राजाने बघितले. तेव्हा तो माणूस राजाला म्हणाला, "महाराज, मोती पेरण्यासाठी बियाणे मात्र वाटेल तो माणूस पेरू शकणार नाही. ज्याने कधीही मनाने वा शरीराने चोरी केली नसेल अशीच व्यक्ती मोत्यांची पेरणी करू शकेल. मी तर सिद्ध झालेला चोर आहे. गुन्हेगार आहे. मी मोती पेरू शकत नाही.''

तेथे राजासकट सर्व मंत्री, अधिकारी, सेनापती, शिपाई, सेवक व सैनिक उपस्थित होते. नगरातील मान्यवर नागरिकही हजर होते. राजाने त्या सर्वांकडे नजर फिरविली. पण कुणीही मोत्यांच्या पेरणीसाठी धजावला नाही. तेव्हा राजा म्हणाला, "मी तुझी फाशीची शिक्षा माफ करीत आहे. आम्ही सर्वच चोर आहोत. चोर चोराला काय शिक्षा देणार?''

११. मोठेपण

एकोणिसाव्या शतकातील गोष्ट आहे. त्या शतकाचे शेवटचे दशक होते. सकाळची वेळ होती. लोक त्यांच्या त्यांच्या कामांच्या घाईगडबडीत होते. कार्यालयात होते. एक म्हातारी फूटपाथवर उभी होती. अंधार असतानाच रानात जाऊन तिने लाकडांची मोळी आणली होती. थकून गेली होती. तिने मोळी तिथे खाली उतरविली होती. विश्रांती घेऊन झाली होती. आता मोळी डोक्यावर घेऊन ती विकायला जाऊ म्हणून म्हातारी उभी होती. येणाऱ्या-जाणाऱ्याला ती विनंती करीत होती, ''भाऊ, दादा, तुला मोठे आयुष्य लाभेल. मला ही मोळी उचलू लाग डोक्यावर.''

कुणालाही रिकामा वेळ नव्हता. म्हातारीला मदत करायची कुणाची इच्छाही नव्हती. जाणारे-येणारे ऐकले न ऐकले असे करून पुढे चालत होते. म्हातारी मोळी विकायला जाण्यासाठी अधीर झाली होती. वेळ जात होता. बाजारात वेळीच गेली तर मोळी चांगल्या किमतीला विकली जाणार होती. नंतर पडत्या भावाने द्यावी लागली असती. बाजार संपेल अशी म्हातारीला भीती होती. मोळी विकली गेली तर त्या दिवसाची मीठभाकरी मिळणार होती. ज्वारी विकत घेऊन. दळण दळायचे होते. म्हातारी रडवेली झाली. तिच्या डोळ्यांतून टपटप आसवे पडू लागली.

इतक्यात एक वयस्कर गृहस्थ तेथे हळूहळू ऐटीत चालत आले. डोक्यावर जरीची पगडी होती. मोठ्यामोठ्या मिशा होत्या. खांद्यावर पांढरे स्वच्छ उपरणे होते. धोतर नेसलेले होते आणि अंगात लांब कोट होता. पायात बूट होते. हातात वेताची छडी होती. हे रुबाबदार गृहस्थ म्हातारीच्या जवळ येताच तिने त्यांचा हात पकडला. ती अजिजीने म्हणाली, ''दादा, ही मोळी उचलून माझ्या डोक्यावर ठेवा. तुमचे फार मोठे उपकार होतील.''

ते सज्जन गृहस्थ थांबले. त्यांनी म्हातारीला आपादमस्तक न्याहाळले. गरीब स्थितीतील ती स्त्री होती. त्या महान अर्थतज्ज्ञाने वाकून ती मोळी उचलली. म्हातारीच्या डोक्यावर ठेवली. म्हातारी त्यांना आशीर्वाद देत बाजाराच्या दिशेने निघून गेली.

हे सज्जन गृहस्थ कोण होते? ते होते महाराष्ट्रातील सुधारकांचे अग्रणी, न्यायमूर्ती महादेव गोविंद रानडे.

१२. विनम्र व्यक्ती

आपल्या राज्याचे मुख्यमंत्रीपद सोपवता येईल, अशा एका विनम्र व्यक्तीच्या शोधात एक राजा होता. राजाने राज्यभर दूत पाठविले. अतिशय विनम्र व्यक्ती शोधून आणायला सांगितले. काही दूत एका गावी गेले तेथे त्यांनी विश्रांतीसाठी मुक्काम केला. तेथेच एका व्यक्तीकडे मोठी सुंदर हवेली होती. वाहने, नोकर-चाकर होते. पण ती व्यक्ती साधारण वेष करून ते फाटके झाले तरी त्याची फिकीर न करता राहत असे. तो खांद्यावर मासेमारीचे जाळे लटकवून हिंडत असे. दूताने त्याला विचारले, "अहो, तुम्हाला तर कसलीच कमतरता नाही. मग हे जाळे खांद्यावर टाकून का हिंडता?" ती व्यक्ती म्हणाली, "मी श्रीमंत जरूर आहे. पण पूर्वीचे गरीबीचे दिवस विसरले जाऊ नयेत म्हणून हे जाळे लटकवून हिंडतो."

दूतांनी विचार केला, 'याच्यापेक्षा दुसरा विनम्र माणूस कुठे मिळेल? याला संपत्तीचा अहंकार नाही. एवढी मोठी झकास हवेली पण फाटका कोट परिधान करून हिंडण्यात याला कमीपणा वाटत नाही.' त्यांनी त्याची निवड केली.

दूतांनी त्याला राजासमोर उभे केले. राजाने सर्व काही ऐकले आणि त्याची मुख्यमंत्री म्हणून नियुक्ती केली. ज्या दिवसापासून तो मुख्यमंत्री झाला, तेव्हापासून त्याने खांद्यावरील ते जाळे फेकले. फाटके जुने कपडेही फेकून दिले. नवा आकर्षक पोशाख घालून तो रूबाबात राजभवनात गेला.

त्याला बघून राजभवनातील मान्यवरांना तर झटकाच बसला. कारण आधीचे ध्यान वेगळेच होते. तेव्हा त्याला जवळ बोलवून एका मान्यवराने हळूच विचारले, "अहो महाशय, अहंकाराचा वारा लागायला नको आणि साधी राहणी बाळगायची हे तर तुमचे व्रत होते ना? कुठे गेले ते खांद्यावरचे जाळे?"

ती विनम्र व्यक्ती म्हणाली, "आता तर मोठी मासळी जाळ्यात अडकली आहे. आता कुठपर्यंत खांद्यावर जाळे वागवू?"

प्रभुत्व मिळाले, काम फत्ते झाले की जुन्या रस्त्यावर किती लोक चालत असतील!

१३. शोध

डॉ. सर्वपल्ली राधाकृष्णन हे तत्त्वज्ञान विषयाचे प्रोफेसर होते. भारतीय तत्त्वज्ञानाचा आशय त्यांनी सुबोध इंग्रजीत लिहिला आहे. ते स्वतंत्र भारताचे दुसरे राष्ट्रपती होते. तेव्हा जगभर त्यांचा 'तत्त्वज्ञ राजा' म्हणून गौरव झाला. "ईश्वराची एखादी विशिष्ट बौद्धिक परिभाषा देता येत नाही; परंतु आपल्या आत्म्याद्वारे त्याचे अस्तित्व जरूर अनुभवता येते.' असा त्यांचा एक विचार आहे.

विसाव्या शतकात भारतात रमण महर्षी हे आत्मज्ञानी पुरुष होऊन गेले. त्यांनी आत्मबोधाची एक पद्धती शोधून काढली. माणूस अनेक गोष्टींचा अभ्यास करतो. पण स्व-रूपाविषयी तो उदास असतो.

एकदा एक सज्जन रमण महर्षींकडे आले. इकडच्या तिकडच्या गोष्टी झाल्यावर ते महर्षींना म्हणाले, "महाराज, मी फारच गोंधळात पडलो आहे.''

महर्षींनी त्यांच्याकडे बघत विचारले, "तुम्ही गोंधळात पडायला काय निमित्त झाले?''

ते सज्जन म्हणाले, "आमच्या देशात खूप मोठे मोठे संत आहेत. ते आत्मा, परमात्मा, जग याविषयी वेगवेगळी मते सांगतात. कोणी म्हणतात : 'आत्मा परमात्मा एक आहे.' कोणी म्हणतात : 'मी ब्रह्म आहे.' .... याशिवाय आणखी खूप सांगितले जाते. हे सगळे मी वाचतो. त्यामुळे माझे मन तर बुचकळ्यात पडले आहे. सर्वजण आपापले मुद्दे ठासून सांगतात. मला तर काही समजत नाही. आपणच मला सांगा. मी कोणत्या मार्गाने जावे?''

महर्षी रमणांनी त्या सज्जनाचे म्हणणे लक्षपूर्वक ऐकले. पण त्यांनी लगेच उत्तर मात्र दिले नाही.

महर्षी शांत बसले होते. त्यांना बघत ते सज्जन म्हणाले, "महाराज, मला तुमचे मार्गदर्शन हवे आहे.''

रमण महर्षी गप्प होते. शांत होते. त्या सज्जनाकडे बघत शांत स्वरात ते म्हणाले, "तू आता आपल्या स्वतःच्या घरी जा. तू कोण आहेस त्याचा शोध घे. शोधता शोधता एक दिवशी सत्य काय ते तुझ्या हाती येईल.''

शरीर, बुद्धी, व मन यांच्या आतील असणारे एक निश्चित तत्त्व आपल्या प्रत्येकाच्या ठायी आहे. आंतरिक निश्चलता लाभली तर अंतरंगातील कोलाहल थांबतो. माणूस प्रसन्न होतो. हाच 'आत्मबोध' महर्षींनी सांगितला आहे.

१४. जिद्द

बा. भ. बोरकर हे मराठीतले अंतर्मुख, चिंतनशील व आत्मशोधक कवी होते. ज्यांचा अहंभाव नाहीसा झाला आहे. जे सेवारत आहेत, जे पुण्यशील व आत्मज्ञानी आहेत तेच जीवनाचा अर्थ जाणणारे व त्याला अर्थ देणारे असतात. त्यांच्या 'जीवन त्यांना कळले हो' या कवितेत पुढील ओळी आहेत. "दुरित जयांच्या दर्शनमात्रे, मोहित होउनि झळले हो । पुण्य जयाच्या उजवाडाने, फुलले अन् परिमळले हो ॥"

बिहारमधील ही गोष्ट आहे. ब्रिटिशांची भारतात सत्ता होती, त्या आधीची ही गोष्ट असावी. एका गावात एक शेतकरी होता. त्याने त्याच्या शेतात आंब्यांची झाडे लावली. शेत भरून आंब्याची झाडेच झाडे! झाडे हळूहळू वाढली. शेत गावाच्या लगतच होते. त्या शेतकऱ्याची आमराई प्रसिद्ध होऊ लागली. आंब्याच्या झाडांची गर्द सावली पडे. उन्हाळ्याच्या दिवसात दुपारी शांत बसण्यासाठी अथवा फिरण्यासाठी गावातील लोक आमराईत येऊ लागले. पन्हे, चटणी, लोणचे वा भाजीसाठी कच्च्या कैऱ्याही तोडून नेत. झाडेच झाडे असल्याने अनेक पक्षी झाडांवर येऊन राहिले. त्यांनी आपापली घरटी तिथे केली. त्या शेतकऱ्याचे ते शेत रम्य स्थळ बनले.

त्या शेतकऱ्याचे नाव 'हजारी' असे होते. त्याची मुले मोठी झाली. ती मुले शेतीवाडी सांभाळू लागली. हजारी उंचपुरा व धट्टाकट्टा होता. शरीराने मजबूत होता. त्याने उर्वरित जीवनासाठी आगळावेगळा निश्चय केला. जवळपासच्या इलाख्यात हिंडायचे. आंब्याची झाडे लावायची. शेतकऱ्यांना त्यासाठी प्रेरित करायचे. हजारी गावोगाव हिंडू फिरू लागला. आंब्याची झाडे लावायचे महत्त्व लोकांना सांगायचा. चांगल्या जातिवंत गोड आंब्यांच्या कोया जमा करायचा. गावोगावी त्यांची रोपटी करायचा. जे शेतकरी आमराई निर्माण करायचे त्यांना मदत करायचा. त्याच्या प्रयत्नांनी लोकांची झाडे लावली. बघता बघता शेकडो गावात आमराया उभ्या राहिल्या.

हजारी राहत असलेल्या इलाख्यात जवळपास हजारभर आमराया उभ्या राहिल्या. या सर्व खटाटोपात हजारी या शेतकऱ्याची जिद्द व पुरुषार्थ होता. त्या सर्व इलाख्याला लोक 'हजारीबाग' असे म्हणू लागले. बिहार राज्यात आजही 'हजारीबाग' नावाचा एक जिल्हा आहे. 'हजारीबाग' हे नाव नेहमीच त्या पुण्य प्रयत्नांच्या यशाची कथा सांगणारे ठरले आहे.

१५. मौन

अजातशत्रू नावाचा एक राजा होता. त्याच्या राज्याच्या नगरात एकदा बुद्ध आले. नगराबाहेर ते थांबले. राजा कोणताही असो, थोडाफार तो शंकेखोर असतो. अजातशत्रू नाव असले तरी राजाही याला अपवाद नव्हता. मंत्री म्हणाले, "महाराज, आपल्या नगरात महात्मा बुद्ध आले आहेत." नगराबाहेर थांबले आहेत. महाराज हा क्षण बहुमूल्य आहे. आपण त्यांच्या स्वागताला चलावे.

अजातशत्रू म्हणाले, "किती जण आहेत. कोण कोण आहेत? त्यांच्या येण्याचे कारण काय?"

राजाने राजकारणी माणूस विचारतो तसे प्रश्न विचारले. मंत्री म्हणाले, "त्यांच्या सोबत दहा हजार भिक्षुक आहेत." सर्व माहिती समजून घेतल्यावर अजातशत्रू मंत्र्याबरोबर निघाला.

तो आम्रवनाजवळ आला. पुढे आम्रवृक्षांच्या सावलीत दहा हजार भिक्षुकांसमवेत बुद्ध तेथे थांबले होते. राजा एकदम तिथेच उभा राहिला. त्याने म्यानातून झटकन तलवार बाहेर काढली. तो मंत्र्यांना म्हणाला, "मला इथे षड्यंत्र रचल्याचा वास येत आहे. दहा हजार माणसे आहेत, असे तुम्ही म्हणालात. इथे तर एकाही माणसाचा आवाज येत नाही. ही आमराई तर एकदम शांत आहे. इथे तर कुणीच नाही जणू!दहा हजार तर नाहीतच. अहो जिथे दहा हजार माणसे असतात, तिथे तर गोंधळ, आवाज, कलकल, गडबड नि बाजार असतो बाजार!"

मंत्री मनापासून हसले. त्यातील एक म्हणाला, "महाराज, आपण तलवार म्यान करा. तुम्हाला बुद्ध व त्यांच्या अनुयायांची माहिती नाही. दहा हजार आहेत.... पण सगळे एकटे... एकटे....! इथे गर्दी-गोंधळ नाही. आपण पुढे चला. घाबरू नका.. षड्यंत्र तर मुळीच नाही...." पण भीत भीतच धीम्या गतीने राजा चालू लागला. गर्द आमराईत आला. आंब्यांची शेकडो झाडे होती. राजाने तिथे दहा हजार भिक्षुक बघितले. झाडांखाली बसलेले. थव्याथव्याने. पण सगळे एकेकटे!

राजा बुद्धाजवळ आला. तो म्हणाला, "असे तर मी कधी बघितले नाही. ही माणसे इथे काय करीत आहेत? ही दहा हजार माणसे गप्प का आहेत? ही बोलत का नाहीत? हे सगळेच तर काही मुके नसतील?"

बुद्ध म्हणाले, "हे माझ्याजवळ मौन शिकायला आले आहेत. बोलणे शिकायला नाही. हे सगळे माझ्याजवळ एकटे होण्यासाठी आले आहेत."

१६. भानुमतीची पेटी

एका नगरात एक सुतार राहत होता. त्याला एकुलती एक मुलगी होती. तिचे नाव भानुमती होते. ती दयाळू होती. पशू-पक्ष्यांवर, माणसांवर ती प्रेम करी. चिमण्यांना दररोज दाणे टाकीत असे. ते दाणे टिपायला एक कबुतरही येई. एके दिवशी तिला दाणे अंगणात टाकताना एक आवाज ऐकू आला. "भानुमती, मी कबुतर आहे. पण मी कबुतर नाही, कबुतराच्या रूपात एक ऋषी आहे. सांग तुला काय हवे?"

भानुमती कबुतराकडे बघत म्हणाली, "मला काही नको. मी संतुष्ट आहे." तरीही कबुतराने तिला छानशी पेटी दिली. तिला म्हणाले, "तू जे मागशील, ते ही पेटी देईल." नंतर कबुतर गुटर गूं गुटर गूं ऽ करत निघून गेले. जाताना म्हणाले, "तू मागशील तरच पेटी देईल. दुसऱ्याने मागितले तर मात्र काही मिळणार नाही."

एके दिवशी सुताराचा भाचा आला. तो दिवाळखोर व लोभी होता. मामाकडून त्याला दोन हजार रुपये हवे होते. मामा असमर्थ होता. त्याच्यासमोर भानुमतीने त्याच्यासाठी दोन हजार रुपये पेटीला मागितले. दोन हजार रुपये पेटीवर आले. हे दृश्य बघून भाच्याने रात्रीच पेटी पळविली. तो राजाकडे गेला. राजाला सर्व सांगितले. राजाने 'प्रत्यक्ष दाखव,' असे सांगितले. पण भाच्याच्या बोलण्याने पैसे येईनात. राजाने त्याला धमकाविले. त्याने मामेबहिणीची ही पेटी चोरून आणल्याचे सांगितले. भानुमतीला राजवाड्यात बोलाविले. राजाने मोत्यांची माळ मागितली. भानुमतीने पेटीला मोत्यांची मळ मागताच माळ पेटीवर आली. राजा लोभावला. ही पेटी आपल्याजवळ राहावी म्हणून त्याने भानुमतीशी विवाह केला. भानुमती राजाची राणी झाली.

काही दिवसांनी शेजारील राजाने आक्रमण केले. हा राजा हादरला. भानुमतीने त्याला अट घातली. पेटीतून हवे तेवढे सैन्य येईल. पण विजयानंतर पुढील कायदा करावा. "कुणीही काळाबाजार करू नये. कोणीही जीवहत्या करू नये." राजाने अट मान्य केली.

भानुमतीने सैनिकांची मागणी केली. पेटीतून लाखभर सैन्य निघाले. त्यांच्या मदतीने राजा विजयी झाला. राजाने भानुमतीच्या अटीनुसार कायदा केला. राज्यात सर्वत्र सुख-शांती निर्माण झाली. नंतर राजा वारला. भानुमती राणी झाली. पुष्कळ वर्षे तिने राज्य केले. लोक सुखी व आनंदी होते. ती 'भानुमतीच्या पेटीची कमाल' होती.

१७. सुखाचा शोध

एक राजा होता. तो खूप धैर्यशील व उदार होता. त्याची जनता त्याच्यावर प्रेम करीत असे. तो प्रजेचा लाडका राजा होता. एकदा तो एकान्तात विचार करीत बसला होता. विचार करता करता तो विचारांमध्ये खूप गढला. अनेक सुखाची साधने असूनही माणूस दु:खीकष्टी का असेल?

एके दिवशी त्याने दरबारात हुकूम जारी केला. ''सर्वात सुखी व निरोगी माणसास पकडून आणा.'' दरबारातील सगळे आश्चर्य व्यक्त करू लागले. पण राजाचा हुकूम होता. अनेकजण राज्यात हिंडू लागले. राजाला जसा 'सुखी व निरोगी' माणूस हवा होता, तसा काही सापडेना. त्यांनी दरबारात येऊन राजाला सांगितले, ''महाराज, आपल्या राज्यात तसा 'सुखी व निरोगी' माणूस नाही. प्रत्येकाला दु:ख आहेच.''

ते ऐकून राजा स्तब्ध झाला. नंतर म्हणाला, ''माझ्या राज्यात सगळे दु:खी व आजारी आहेत काय? असे होणार नाही. जा. पुन्हा शोधा.''

दरबारातील लोकांना आज्ञा पाळणे भाग होते. ते निघाले. ते हिंडतफिरत एका निर्जन व सुनसान अरण्यातून जात होते. एक संत ध्यानात मग्न असलेला त्यांना दिसला. ते जाऊन त्यांच्यासमोर बसले. काही वेळाने संतांनी डोळे उघडले. त्यांनी विचारले, ''तुम्ही कोण आहात? कोठून आलात?''

दरबारी लोक म्हणाले, ''आम्ही राजाच्या आज्ञेनुसार 'सुखी व निरोगी' माणसाच्या शोधात आहोत.''

संत म्हणाले, ''तुम्हाला तसा माणूस मिळाला का?''

दरबारातील लोकांनी 'नाही' सांगितले.

संत त्या लोकांबरोबर राजाकडे आले. संतांना पाहून राजाला खूप आनंद झाला.

संत म्हणाले, ''राजन, तुम्ही विनाकारण काळजी व विचार करीत आहात. मनुष्याच्या हृदयातच सुखाचे अपार भांडार भरून आहे, हे तुम्हास ठाऊक आहे का? स्वत:लाच जरा शोधा. कस्तुरीमृग जसा सुखाच्या शोधात इकडेतिकडे हिंडतो, तसे तुम्ही भटकत आहात. मृग बाहेर इकडेतिकडे हिंडतो, तसे तुम्ही भटकत आहात. सुख बाहेर नाहीच. नव्या नव्या सुखाच्या साधनांत नाही. त्यासाठी अंतरंगात डोकवावे लागेल. राजन्, आजारी असून लोक आनंदी असतात. प्रचंड संपत्ती असून लोक दु:खी असतात. कंगाल माणसे सुखी असतात. राजन् सुख मानण्यावर आहे.''

राजा आनंदित झाला. त्याची समस्या सुटली होती.

१८. मूर्ख सुलतान

"आमच्या राज्यात सर्वांत मोठे खोटे बोलणाऱ्यास पाच हजार सुवर्ण मोहरांचे रोख बक्षीस आम्ही आमच्याकडून देऊ आणि त्याचा सन्मानही करू." अशी घोषणा एकदा सुलतानाने केली.

सुलतानाच्या अनेक मित्रांनी अनेक खोटे बोलणे केले. पण एकाचेही सुलतानाच्या मर्जीस उतरले नाही.

सुलतान म्हणाला, "आपल्या देशात सर्वच लोक खरे बोलतात असे वाटते." तेव्हा बेगम म्हणाली, "असे तर वाटते आहे." "लोकांमध्ये बुद्धीच नाही." आपल्या चेहऱ्यावर नाराजी दर्शवित सुलतान म्हणाला. "त्यांच्याजवळ जर बुद्धी असती तर ते निश्चितच खोटे रचू शकले असते." बेगमने दुजोरा दिला. "खोटे बोलणे तर रचावेच लागेल! हीच तर खरी कला आहे." सुलतान उद्गारला. "तुम्ही बरोबरच म्हटले." बेगम. "आमच्या राज्यात असा कोणी कलाकार नाही, हीच तर खरी खेदाची बाब आहे." सुलतान म्हणाला.

शेखचिल्ली तिथेच दरबारात उपस्थित होता. तेवढ्यात शेखचिल्ली मोठ्याने ओरडलाच, "हा सुलतान मूर्ख आहे. वेडा आहे वेडा! महामूर्ख आहे. याला सिंहासनावरून खाली उतरविले पाहिजे."

सर्व उपस्थित लोक आश्चर्यचकित झाले.

सर्वांच्या नजरा शेखचिल्लीकडे वळल्या. त्याचा एक मित्र तर त्याला म्हणाला, "शेख, ही काय बडबड चालविली आहेस? सुलतान तुला फाशीच्या सुळावर चढवितील."

"अहो. हा मूर्ख आहे. महामूर्ख आहे... हा ठार वेडा आहे." शेखचिल्ली आपलेच म्हणणे पुढे रेटत होता. क्रोधाने लालेलाल झालेला सुलतान थरथरतच म्हणाला, "ए ऽऽ उद्धट शेख... मर्यादा सांभाळ.... अरे, पकडा याला आणि इथेच आत्ताच सर्वांच्या समक्ष याचे मुंडके उडवा."

शिपाई एकदम शेखचिल्लीच्या अंगावर धावले. शेखला पकडले आणि त्याला अगदी सुलतानासमोर उभे केले. "काय रे शेख.... काय बडबड करीत होतास?" सुलतान.

शेखचिल्ली म्हणाला, "बडबड तर करीत होतो. खोटेच तर बोलत होतो. हीच कला आहे खोटे बोलण्याची!"

सुलतानाने सुस्कारा सोडला. त्याचा आशय समजला. त्याला एकदम हसू फुटले.

आता सर्वजण शेखचिल्लीची कला समजले.

शेखचिल्लीला मोठ्या खोटारड्याचा पुरस्कार आणि पाच हजार सुवर्ण मोहरा दिल्या गेल्या.

१९. जिव्हाळा

स्वामी व सेवकाची ही मोठी हृदयंगम गोष्ट आहे. एक स्वामी होते. त्यांचा सेवक मोठा निष्ठावान व प्रामाणिक होता. तो स्वामिभक्त होता. आपल्या स्वामीबद्दल त्याला प्रचंड आदर होता. स्वामींची सगळी कामे तो वेळीच व चोख करायचा. त्याचे स्वामी कोणी संन्यासी वा साधू नव्हते. ते गृहस्थच होते. स्वामींचीही आपल्या सेवकावर मर्जी होती. ते त्या सेवकावर भ्रातृवत्, पुत्रवत् प्रेम करीत.

स्वातंत्र्य मिळाले तेव्हाच्या दशकातील गोष्ट आहे. एके दिवशी सेवकाच्या हातून मालकांचा किंमती फाउंटनपेन जमिनीवर पडला. सेवक टेबल स्वच्छ करीत होता. पेन पारदर्शी व चकचकित असे कचकड्याचे असत. टेबलावरून त्यांच्या हाताने पेन पडला नी त्याचे दोन तुकडे झाले. स्वामी रागावले, ''मूर्ख माणसा, तुला डोळे आहेत का? तू हे काय केलेस? एका मोठ्या माणसाने हा पेन मला भेट म्हणून दिला होता.''

सेवक गप्प होता. तो गुपचूप बाहेर गेला आणि व्हरांडा स्वच्छ करू लागला. तो निष्काळजी नव्हता. पण टेबल स्वच्छ करताना त्याचे अवधान राहिले नसावे. त्याला खूप वाईट वाटले. थोड्यावेळाने 'इकडे ये' अशी स्वामींची हाक आली. सेवक आल्यावर स्वामींनी त्याचा हात घट्ट पकडला. ते म्हणाले, ''अरे, तू माझी कितीतरी सेवा करतोस. तुझ्या सेवेशिवाय मी एकही दिवस राहू शकत नाही. तुझ्या छोट्याशा चुकीबद्दल मी नाहक रागावलो. मी तुला मूर्ख म्हटले. तू मला क्षमा कर.''

सेवक विस्मयचकित झाला. तो म्हणाला, ''बाबूजी, माझी चूकच झाली. आपण रागावणे योग्यच होते.''

स्वामींच्या डोळ्यात आसवे जमा झाली. त्यांचा गळा दाटून आला. ते म्हणाले, ''जो पर्यंत तू मला क्षमा करणार नाहीस, तोपर्यंत मी तुझा हात सोडणार नाही.''

सेवकाचे अंत:करण आधीच भरून आले होते. स्वामींच्या डोळ्यांतून आसवे गळाली. स्वामींनी त्याचा हात अधिकच घट्ट पकडला. सेवकाने आपल्या उपरण्याने स्वामींची आसवे पुसली. स्फुंदत स्फुंदत सेवक म्हणाला, ''बाबूजी, आपण शांत व्हा. मी तुम्हाला क्षमा केली आहे.''

हे स्वामी कोण होते? हे स्वामी होते भारताचे पहिले राष्ट्रपती डॉ. राजेद्र प्रसाद! तो सेवक होता सीताराम! दोघांचे जीवनभर पिता-पुत्रासारखे नाते होते.

२०. आत्मा

सिकंदर हा मॅसिडोनिआचा राजा होता. ॲरिस्टॉटलचा तो शिष्य होता. वयाच्या विसाव्यावर्षीच तो सिंहासनावर बसला. प्राचीन काळात जग जिंकायच्या महत्त्वाकांक्षेने तो इराण-अफगाणिस्तान मार्गे भारतात आला. झेलमच्या लढाईत त्याला जय मिळाला. तो भारतात महात्म्यांच्याही शोधात होता. ''तू भारतात जेव्हा जाशील, तेव्हा तेथून तत्त्वज्ञानी महात्म्याला सन्मानपूर्वक सोबत आण.'' असे त्याच्या गुरुने त्याला सांगितले होते.

पुष्कळ शोध घेतल्यानंतर एक महात्मा सिकंदरला दिसले. ते एक वृद्ध साधू होते. ते नदीकिनारी एका शिलाखंडावर बसले होते. त्याने त्यांच्याशी गप्पागोष्टी केल्या. सिकंदर प्रभावित झाला. सिकंदरने त्यांना त्याच्यासोबत मॅसिडोनिआला येण्याची विनंती केली. परंतु त्या साधूंनी त्याची विनंती स्वीकारली नाही. ते साधू म्हणाले, ''मी इथे या अरण्यात आनंदात आहे.''

सिकंदर त्यांना म्हणाला, ''मी जग जिंकले आहे. मी सर्व जगाचा सम्राट आहे. मी तुम्हाला असीम ऐश्वर्य आणि उच्चपद देईन. तुम्ही सन्मानाने तिथे राहाल.''

तेव्हा साधू म्हणाले, ''राजा, मला ऐश्वर्य, पद व सन्मानाची लालसा नाही.''.

सिकंदरने तेव्हा त्या साधूला भीती घातली. सिकंदर म्हणाला, ''जर तुम्ही माझ्यासोबत आला नाहीत तर मी या माझ्या धारदार तळपत्या तलवारीने तुम्हांला इथेच ठार करीन.''

ते वाक्य ऐकताच साधू हसले. खूप हसले आणि म्हणाले, ''राजा, आज तुम्ही तुमच्या जीवनात सर्वात मूर्खपणाची गोष्ट केली आहे. अहो, तुमची काय हिंमत की तुम्ही मला ठार कराल? सूर्य मला वाळवू शकत नाही. अग्नी मला जाळू शकत नाही. कोणतेही शस्त्र मला कापू शकत नाही. कारण मला जन्म नाही. मला मरण नाही. मी अविनाशी, नित्य-विद्यमान, सर्वव्यापी आणि सर्व शक्तिमान आत्मा आहे.''

त्या महात्म्याचे हे आध्यात्मिक साहस होते.

२१. गदा

महाभारत काळात एक खूप मोठा वीरपुरुष होता. त्याचं नाव 'श्रुतायुध' असं होतं. त्याच्या वडिलांचं नाव 'वरुण' होतं. जेव्हा पित्याचा मृत्यू जवळ आला तेव्हा त्याने श्रुतायुधास बोलाविले. त्याला म्हटले, "श्रुतायुध, मी एक सैनिक आहे. माझे सगळे आयुष्य शस्त्रविद्येच्या शिक्षणात व युद्ध करण्यात व्यतीत झाले आहे. तुला देण्यासाठी माझ्याजवळ धनसंपत्ती नाही. पण मी तुला एक 'गदा' देतो. मला ती तपश्चर्या करून प्राप्त झाली आहे. मुला, या गदेचे एक वैशिष्ट्य आहे. तिचा नेम अचूक असतो. तिचा प्रहार कधीही निष्फळ जात नाही. पण जर कोण्या निर्बल, नि:शस्त्र अथवा निर्दोष माणसावर तिचा प्रहार केला तर ती उलटून प्रहार करणाऱ्या व्यक्तीला ठार करते. सावध राहा. ही घे गदा.''

श्रुतायुधाला वरूण सैनिकाने गदा सुपुर्द केली आणि तो निर्वतला. आता श्रुतायुधाला आकाश ठेंगणे झाले होते. तो स्वत:ला सर्वात शक्तिशाली व अजिंक्य वीर समजू लागला. नेमके त्याचवेळी महाभारताचे युद्ध सुरू झाले. श्रुतायुधाने कौरवांची बाजू स्वीकारली.

कौरव व पांडवांचे युद्ध सुरू होते. अर्जुन जयद्रथाचा वध करण्यासाठी सर्व शक्ती पणाला लावित होता. लढत होता. तेव्हा कौरवांच्या बाजूकडे चलबिचल सुरू झाली.

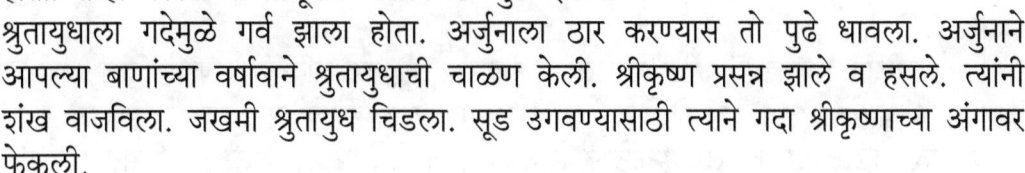

श्रुतायुधाला गदेमुळे गर्व झाला होता. अर्जुनाला ठार करण्यास तो पुढे धावला. अर्जुनाने आपल्या बाणांच्या वर्षावाने श्रुतायुधाची चाळण केली. श्रीकृष्ण प्रसन्न झाले व हसले. त्यांनी शंख वाजविला. जखमी श्रुतायुध चिडला. सूड उगवण्यासाठी त्याने गदा श्रीकृष्णाच्या अंगावर फेकली.

"हिचा नेम अचूक असतो. तिचा प्रहार कधीही निष्फळ जात नाही.'' हेच शब्द फक्त त्याला आठवले. श्रीकृष्णाच्या हसण्याचा सूड गदेच्या प्रहाराने घेतला जाऊन तो मरेल, असा श्रुतायुधाचा कयास होता. पण वडिलांच्या सांगण्यातील उत्तरार्ध तो विसरला होता. श्रुतायुधाने नि:शस्त्र श्रीकृष्णावर प्रहार केला होता. श्रीकृष्ण तर केवळ अर्जुनाचे सारथी होते. हाती शस्त्र न धरण्याची त्यांची प्रतिज्ञा होती.

नि:शस्त्र श्रीकृष्णावर गदा फेकण्याचा परिणाम उलट झाला. ती गदा परत आली. तिने श्रुतायुधावरच प्रहार केला. त्या तडाख्याने तो गतप्राण झाला.

म्हणून निर्बल, नि:शस्त्र व निर्दोष व्यक्तीला सतावणं वा मारणं चुकीचे आहे. श्रुतायुधाला उन्माद आला होता. आपल्या पित्याचे सांगणं त्यानं अर्धेच लक्षात ठेवलं होतं.

22. आगळावेगळा उपहार

कृष्णदेव राय यांच्या दरबारात एक शेजारी देशाचा दूत आला. त्या दूताने आपल्या राजाच्या संदेशाबरोबर पुष्कळसे उपहार आणले होते. विजयनगरात त्याचे उत्तम स्वागत झाले. त्याचा आदर-सत्कार झाला. तो दूत तीन दिवसांचा पाहुणा होता. त्याला निरोप देताना कृष्णदेव महाराज म्हणाले, ''आम्ही तुम्हांसही उपहार देऊ इच्छितो. जी इच्छा असेल ती सांगा.''

दूत खूपच चुतर होता. तो एका बाणाने दोन शिकारी करू इच्छित होता. उपहार तर त्याला हवाच होता, पण तो तेनालीरामाची परीक्षाही घेऊ इच्छित होता. म्हणून दूत म्हणाला, ''महाराज, आपण मला उपहार देऊ इच्छित आहात तर जो सुख-दुःखात व ऊन-सावलीत नेहमी माझ्यासोबत राहील असा द्या.''

दूताचे मागणे ऐकून महाराज चक्रावले. आता काय बरं याला द्यावं? तेव्हा महाराजांनी तेनालीरामकडे कटाक्ष टाकला. तेनालीराम महाराजांचा आशय समजला. तो आपल्या जागेवरून उठून महाराजांच्याजवळ गेला. वाकून तो महाराजांना म्हणाला, ''महाराज, दुपारी जेव्हा हे प्रस्थान करतील तेव्हा त्यांचा उपहार त्यांच्यासोबतच जाईल.''

दुपारी जेव्हा पाहुणे प्रस्थान करायला निघाले तेव्हा त्यांचा निरोप समारंभ तेनालीरामच्या सांगण्यावरून महालाबाहेर खुल्या जागेवरच आयोजित करण्यात आला. तिथे सर्वत्र ऊन होते.

सर्व उपहार दूताच्या रथात ठेवण्यात आले.

तेव्हा महाराजांनी तेनालीरामकडे बघितलं आणि म्हटलं, ''तेनाली, तुमचा तो उपहार कुठे आहे?''

तेनालीराम स्मितहास्य करीत म्हणाला, ''महाराज, मी तर अतिथींना उपहार दिला आहे. तो आताही त्यांच्यासोबत आहे. पण तो ते बघू शकत नाहीत. त्यांना म्हणावे, मागे वळून जमिनीकडे बघा.''

दूत त्वरित मागे वळला. ''कुठे आहे उपहार, तेनालीरामजी? मला तर दिसतही नाही.''

''लक्षपूर्वक बघा. तुम्हाला तुमची सावली दिसत नाही का? माणसाची सावली त्याची कधीही सोबत सोडत नाही. ना दुःखात, ना सुखात! तसेच ती कोणी हिरावून घेऊ शकत नाही. तिची चोरी होत नाही. खरोखरच ती अगोदरही तुमच्या सोबत होती, पण तिचे हे विशेष वैशिष्ट्य तुम्हांस ठाऊक नव्हतं.''

महाराज स्मितहास्य करीत उभे होते.

दूत म्हणाला, ''तेनालीरामजी, तुमच्याबद्दल जे ऐकले होते, तसाच अनुभव आला. तुमच्यासारख्या सुयोग्य व बुद्धिमान व्यक्तीची सोबत व सेवा महाराजांना मिळते. मी परीक्षा घेतली तुमची आणि तुम्हीही झकास उत्तर दिले.''

तेनारीलाम शांतपणे गालातल्या गालात हसत उभा होता. इतर दरबारी माणसे मात्र इर्ष्येने जळत होती.

23. काळजी

गांधीजी बॅरिस्टर झाल्यावर वकिलीच्या कामानिमित्त दक्षिण अफ्रिकेत गेले होते. तेथे ते भारतीयांच्या समस्या सोडवण्याच्या निमित्ताने एकवीस वर्षे राहिले. सत्य, प्रेम, अहिंसा ही तत्त्वे त्यांच्या जीवनात तेथेच निर्माण झाली. ईश्वरावर त्यांची अतूट श्रद्धा होती.

ईश्वराच्या इच्छेशिवाय काहीही घडणे शक्य नाही अशी त्यांची धारणा होती. वर्णभेद, भारतीय विवाहांना दक्षिण अफ्रिकेत नसलेली मान्यता, तेथील भारतीयांना ओळखपत्र सोबत ठेवण्याची सक्ती, भारतीय मजुरांवर लादलेला कर आणि एकूण साम्राज्यवादाच्या विरुद्ध त्यांनी सुरू केलेला अहिंसात्मक विरोध.... त्यामुळे अनेक लोक त्यांचे विरोधी बनलेले होते.

गांधीजी जिथे राहत होते तिथे त्यांचे अनेक सहकारी व मित्र राहत होते. हरमान कॅलन बॅंक हे त्यातीलच एक होते. गांधीजीविषयी त्यांच्या मनात खूप आदर होता. शिवाय ते अतिशय चतुर, शूर, प्रामाणिक व श्रद्धाळू होते.

एके दिवशी अचानक गांधीजींना कॅलन बॅक यांच्या कोटाच्या खिशात पिस्तूल दिसले. तेव्हा त्यांनी विचारलं, “हे पिस्तुल तुमच्या जवळ कशासाठी?”

“असचं... सहज...” कॅलन बॅक उत्तरले.

गांधीजी हसत म्हणाले, आश्चर्य आहे. तुमच्यासारखा समजूतदार माणूसही ‘असेच सहज’ म्हणून काही काम करतो... तुम्ही तर कलावंत आहात. कलावंत असून अशा कलाहीन गोष्टींचे तुम्हाला का म्हणून आकर्षण असावे?

कॅलन बॅक यांनी इकडच्या तिकडच्या गोष्टी काढून ती बाब टाळली. पण शेवटी सत्य काय ते सांगावेच लागलं. ते म्हणाले, “मित्रा, इथे काही दिवसांपासून गुंड तुमच्या मागावर आहेत. केव्हा काय दुर्घटना घडेल याचा नेम नाही. म्हणून तुमच्या संरक्षणाच्या दृष्टीने मी हे पिस्तूल सोबत बाळगले आहे.”

गांधीजी हसत म्हणाले, “अशी आहे तर मग गोष्ट! ठीक आहे. जोपर्यंत तुम्ही जिवंत आहात तोपर्यंत कोणी गुंड मला मारू शकणार नाही. पण त्यानंतर काय?”

कॅलन बॅक यांच्याजवळ याचं उत्तर नव्हतं. ते थोडे त्रस्त झाले. त्यांची बेचैनी दूर करीत गांधीजी म्हणाले, “ईश्वराचा अधिकार तुम्ही कसा बरं हिसकावून घेणार? माणसाचे रक्षण करण्याचं काम ईश्वराचेच आहे. ते काम तुम्ही तुमच्या हाती का घेतलं? हे शरीर व प्राण ज्याने दिले आहे तोच याची काळजीही घेईल. आम्ही काळजी करून काहीही होणार नाही.”

२४. तिसरी आवृत्ती

जपानमधील एका थोर संतांनी महात्मा बुद्धांच्या पाली भाषेतील उपदेशाचे भाषांतर जपानी भाषेत करण्याचे आरंभले. सामान्यजनांना या ज्ञानाचा उपयोग व्हावा हा त्यांचा उदात्त हेतू होता. भाषांतर कार्यासाठी पैशांची आवश्यकता होती. त्या संतांजवळ पैसे नव्हते. म्हणून त्यांनी भिक्षा मागून पैसे गोळा करणं सुरू केलं.

दहा वर्षात ते दहा हजार रुपये गोळा करू शकले. भाषांतर कार्याच्या प्रारंभाची तयारी सुरू केली. तेवढ्यात ते राहत असलेल्या विभागात दुष्काळ पडला. ते सगळे पैसे दुष्काळपिडित लोकांना देण्याचं संतांनी ठरविलं. पंडित म्हणाले, ''दुष्काळ तर पडत राहील. पण तुम्ही आता पुन्हा पैसे केव्हा जमविणार? बुद्धांच्या वाणीचे भाषांतर करा. तुमचं वयही पन्नास वर्षांचं झालं आहे.''

त्या संतांनी पंडिताचं ऐकलं नाही. दहा हजार रुपये दुष्काळपीडितांना दिले. पुन्हा ते पैसा गोळा करण्यास लागले. दहा वर्षे भिक्षा मागितली. दहा हजार रुपये जमा झाले. पण आता ओला दुष्काळ पडला होता. नद्यांना महापूर आले होते. त्यांनी पूरग्रस्तांना ते सगळे पैसे देण्याचं पुन्हा ठरवलं.

पंडित व ज्ञानी लोकांनी त्याला पुन्हा थोपविण्याचा प्रयत्न केला. ''दुष्काळ व पूर तर येणारच. पण पैसे पुन्हा पुन्हा गोळा होणार नाहीत. तुमचे वय आता साठ वर्षांचं झालं आहे. पुन्हा तिसऱ्यांदा तुम्ही काही करू शकणार नाही.''

त्या संतांनी त्या मंडळीच्या म्हणण्याकडे दुर्लक्ष केले. त्याने सगळी रक्कम पूरग्रस्तांना दिली. नंतर तो पुन्हा उत्साहात पैशाची भिक्षा मागू लागला. त्याने तिसऱ्यांदा दहा हजार रुपयांची रक्कम गोळा केली. पंडित व ज्ञानी मंडळींना एकत्र केलं. जोरात कार्य सुरू झाले. पूर्णत्वास गेले. पुस्तक प्रकाशित झाले. त्यावर लिहिलं होतं : तिसरी आवृत्ती.

लोकांनी त्यांना विचारले, ''पहिली आणि दुसरी आवृत्ती केव्हा निघाली?''

संत म्हणाले, ''जेव्हा दुष्काळ पडला तेव्हा वाणी मुखोद्गत झाली. ती पहिली आवृत्ती होती. जेव्हा महापूर आला तेव्हांही बुद्धांची वाणी प्रकट झाली. ती दुसरी आवृत्ती होती. ज्यांच्या जवळ करूणेचे डोळे व कल्याणाची दृष्टी होती तेच फक्त दोन्ही आवृत्त्या वाचू शकले. इतरांना या दोन्ही आवृत्या वाचायला मिळाल्या नाहीत. त्यांना त्या समजल्याही नाहीत. त्या सगळ्या उर्वरित लोकांच्यासाठी ही तिसरी आणि स्वस्त आवृत्ती आहे.''

२५. प्रेरणा

हरिभाऊ नारायण आपटे हे मराठी साहित्यात ध्येयवादी कादंबरीकार म्हणून गणले गेले. त्यांनी 'करमणूक' नावाचे वृत्तपत्रही काढलं होते. लोकशिक्षण व बहुजनसमाजात विचारजागृती ही त्यांची ध्येये होती. त्यांनी 'पण लक्षात कोण घेतो?' अशा आठ सामाजिक आणि 'उष:काल' सारख्या, दहा ऐतिहासिक कादंबऱ्या लिहिल्या. 'काळ तर मोठा कठिण आला.' यासारख्या शेकडो गोष्टी लिहिल्या. ही साहित्य निर्मिती त्यांनी जन व मन रंजनार्थ केली नाही. पतितांचा उद्धार, दीनांचे दु:खविमोचन, हताश हृदयात नवचैतन्य ओतणे व समाजशुद्धी अशा व्यापक ध्येयांनी केली. ''विचार हा अमूर्त स्वरूपाचा असतो. साहित्य त्या विचारास मूर्त करते. वाचकांच्या केवळ मनाचा ताबा घेत नाही, तर त्याबरोबर ते त्याच्या रक्तात मिसळते. त्याच्या साऱ्या चित्तशक्तीत प्रेरणा निर्माण करते आणि त्या प्रभावाने माणूस हा कार्यप्रवण होतो.'' असा त्यांचा साहित्य-निर्मितीविषयक विचार आहे.

हिंदी साहित्यात एक श्रेष्ठ कादंबरीकार होऊन गेले. मुन्शी प्रेमचंद या नावाने ते प्रसिद्ध आहेत. प्रेमचंद लोकप्रिय कथालेखकसुद्धा होते. 'गगन', 'गोदान' या त्यांच्या कादंबऱ्या भारतभर प्रसिद्ध आहेत. प्रेमचंदाच्या कादंबऱ्या वाचकांच्या अंतकरणाचा ठाव घेतात आणि त्याला विचाराची नवी दिशा देतात.

एकदा एक माणूस प्रेमचंद यांना भेटायला आला. प्रेमचंद तेव्हा आपल्या कार्यालयात बसले होते. ते लिहित होते. त्या येणाऱ्या व्यक्तीनं त्यांना दुरुनच बघितलं. ती व्यक्ती टेबलाच्या खाली घुसली. त्या व्यक्तीने प्रेमचंदांचे चरण पकडले. आपल्या डोक्यावर प्रेमचंदाचे चरण ठेवून ती व्यक्ती रडू लागली. प्रेमचंदांनी स्वत:ला सोडविलं. तेथे उभे राहिले. त्या व्यक्तीच्या पाठीवर हात फिरवित त्याचे सांत्वन केले. त्याला हिंमत दिली. येण्याचं व रडण्याचं कारण विचारलं.

तो माणूस म्हणाला, ''मी व्यापारी आहे. सतत सात वेळेला मला व्यापारात तोटा आला. अयशस्वी झालो. कर्ज काढले. मी आत्महत्येचा निश्चय केला. तेवढ्यात तुमची एक गोष्ट माझ्या वाचनात आली. ती वाचून मी आत्महत्येचा निश्चय रद्द केला. घरी आलो. आत्महत्येच्या चिठ्या फाडल्या. व्यापारात पुन्हा उत्साहाने आलो. मला यश मिळालं. मी आता लाखांचा धनी झालो आहे. आता माझी निराशा संपली आहे. मी किंकर्तव्यमूढ बनलो होतो. जीवनाच्या लढाईला आपण लायक नाही अशी माझी भावना झाली होती. उदास व भग्न अवस्थेत योगायोगानंच तुमची गोष्ट वाचली आणि माझ्यात परिवर्तन घडलं नि माझ्या आशा पल्लवित झाल्या.''

आता तो माणूस त्या गोष्टीतून मिळालेल्या प्रेरणेमुळे प्रेमचंदांना धन्यवाद देण्यासाठी आला होता.

२६. दाता

एका बस स्टॅंडवर बस उभी होती. बस तेथूनच सुटणार होती. अजून वेळ झाली नव्हती. एक भिकारी बिनधास्त बसमध्ये चढला. भीक मागू लागला. ''दहा पैसे... पन्नास पैसे द्या बाबा... एक लाख-दोन लाख तर मी काही मागत नाही. फक्त दहा पैसे... पन्नास पैसे द्या आई....'' त्याचा एक डोळा पूर्ण पांढरा होता. धक्के देत.... घेत.... स्वत:ला वाचवत तो हात पसरून बसमध्ये भटकत भीक मागत होता.

जेव्हा त्याची मूठ सुट्या पैशांनी भरली तेव्हा तो खाली उतरला. परंतु थोड्याच वेळात परत आला. त्याच्या हातात तिकीट होते. तो एका रिकाम्या जागेवर बसला. कंडक्टर आला. त्याने हातातील पितळी पंचने बसचे टप दणक्यात वाजवलं. बस चालू लागली. बस मैलभर गेल्यावर कंडक्टर एका स्त्रीवर डाफरला. तिने आपल्या आठ वर्षांच्या मुलाचं अर्धे तिकीट काढलं नव्हतं. त्याने तिला अर्ध्या रस्त्यात उतरून देण्याची धमकी दिली. ती त्याला दादा... दादा करू लागली. पैसे नाही म्हणू लागली. गयावया करू लागली. पण त्याचा कंडक्टरवर काहीही परिणाम झाला नाही.

या लहानग्या पोराला पायी पायी मी कसं रे नेऊ राजा... असं म्हणाली. पण कंडक्टरने पुन्हा पंच टपावर जोरदार आपटला. बस थांबली. त्या स्त्रीला कंडक्टरने खाली उतरायला सांगितले. नि म्हणाला, ''मावशी, पुढे माझा काकाजी तिकीट चेकर उभा असेल उतर खाली.'' त्या स्त्रीने खूप गयावया केली. हातपाय जोडले. शेवटी तिने सहानभूती म्हणून प्रवाशांकडे बघितलं.

''बाई, पैसे दे नाहीतर खाली उतर. आम्हाला ड्युटीवर जायला उशीर होतोय.'' एका प्रवाशाने सल्ला दिला. कंडक्टर पुन्हा गरजला, 'उतर खाली.' मुलाला घेऊन ती खिन्न मनाने बसच्या दरवाजाजवळ आली. ती रडत होती. तेव्हा एक आवाज प्रवाशांमधून आला. ''कंडक्टरसाहेब, त्या स्त्रीला बसमधून उतरवू नका.'' बसमधील एकाही प्रवाशाला त्या स्त्रीची दया आली नव्हती. पण त्या अंध भिकाऱ्याने कंडक्टरला थांबवले होते. त्याने मूठभर पैसे खिशातून काढले. कंडक्टरसमोर हात केला. त्यानं त्यातून तिकीटाचे पैसे घेतले. आता स्थिती उलट होती. तो अंध भिकारी आता दाता होता.

२७. न मागता मोती मिळे

एकदा एक ब्राह्मण व व्यापारी मदत मागण्यासाठी राजाकडे जात होते. रस्त्यात त्यांना एक फकीर भेटला. तो म्हणाला, "चला, मी पण दरबारात येतो. राजाची दानशूरता बघतो."

"तुम्हाला पण काही पाहिजे आहे का?" व्यापाऱ्याने विचारलं.

"नाही." फकीर म्हणाला, "मला न मागताच दाता सर्व काही देत असतो." तेव्हा व्यापारी गप्प राहिला.

तिघे राजदरबारात आले. राजाने ब्राह्मणाला विचारले, "ब्राह्मणदेव, सांगा. आपण का आलात?"

"राजा, माझी पत्नी मरण पावली आहे. मला घरकाम करण्यासाठी एक दासी द्या."

राजाने पुष्कळशा धनासह ब्राह्मणाला एक सुंदर दासी दिली. नंतर व्यापाऱ्यास विचारले. तो म्हणाला, "महाराज, मला व्यापारात खोट आली आहे. मी बुडालो आहे. कृपा करून धन द्या."

राजाने त्याला एक हजार सुवर्णमुद्रा दिल्या. नंतर फकीरास विचारले, "तुला काय हवं?"

फकीर म्हणाला, "काहीच नको. ज्या वस्तूंची गरज पडेल ती आकाशातला बाप स्वतःच देईल. जर त्याची देण्याची इच्छा नसेल तर कोणीतरी दिलेलंसुद्धा राहत नाही."

असं रोखठोक उत्तर ऐकून राजाला क्रोध आला. पण त्याने तो व्यक्त केला नाही.

राजाने मग तिघांना निरोप दिला.

ते तिघे गेल्यावर राजाने शिपायास बोलविले. त्याला म्हटले, "या तिघांच्यापैकी ज्याच्याजवळ काहीही नाही. त्याचे डोके कापून आण."

शिपाई गेला. इकडे व्यापारी फकिराला म्हणाला, "मी थकलो आहे. थोडावेळ माझी ही पिशवी घेऊन चल."

तेवढ्यात पाठीमागून शिपाई आला आणि त्याने व्यापाऱ्याचे डोके छाटले व नेले.

राजाने बघितलं तर त्याला खूप दुःख झालं. राजा म्हणाला, "ज्याच्या सोबत स्त्री नसेल, त्याचे डोके कापून आण."

शिपाई पुन्हा गेला. इकडे ब्राह्मणाने आपली स्त्री फकीराजवळ सोपवून तो जवळच झाडीत लघवीसाठी निघाला होता. तेव्हाच नेमका शिपाई आला. त्याने त्याचे डोके कापून राजाजवळ आणले. ब्राह्मणाचे डोके बघून राजा अवाक् झाला. तो विचार करू लागला. फकिराचे रोखठोक बोलणे बरोबरच होते. जेव्हा एखाद्याला मिळायचे आहे, तेव्हा ईश्वरच ते देईल. माझ्याकडे मागणारे तर मारले गेले पण ज्याने मागितले नव्हते त्याला सर्वकाही मिळाले.

खरोखरच! इच्छा व गरजा जितक्या अधिक, तितकं दुःखही अधिक !

२८. सत्य

फार जुनी गोष्ट आहे. 'धारा' नावाच्या नगरीचा राजा होता. त्याचे नाव भोज होते. तो विचारी, योगी, दानशूर, धनवान, धनुर्धर आणि धर्मात्मा होता. असा दुसरा राजा नव्हता. त्याच्या उदारतेच्या पुष्कळ कथा प्रचलित आहेत. प्रजेवर त्याचे प्रेम होते. त्याविषयीच्या खूप गोष्टी आहेत. राजा भोजने सर्व प्रकारचे जीवन अनुभवले. अनेक प्रकारचे अनुभव त्याच्या गाठीशी होते.

राजा भोज समृद्ध व संपन्न जीवन जगला. जेव्हा तो वृद्ध झाला तेव्हा त्याला आपला मृत्यू समीप आल्याचे जाणवले. त्याने आपल्या प्रधानमंत्र्याला बोलाविलं. त्याला म्हटले, ''माझ्या मृत्यूनंतर एक गोष्ट करायची.''

प्रधानमंत्र्याने उत्सुकतेने विचारलं, ''काय महाराज?''

राजा भोज म्हणाला, ''जेव्हा माझे प्रेत स्मशानभूमीत न्याल, तेव्हा एक हात पांढऱ्या रंगाने आणि दुसरा हात काळ्या रंगाने रंगवायचा. दोन्ही हात बाहेर मोकळे सोडायचे. सर्वांना ते दिसले पाहिजेत. माझी शवयात्रा अशीच काढायची.''

प्रधानमंत्र्याला राजाबद्दल प्रेम व आदर होता. तो राजाचा अत्यंत विश्वासू माणूस होता. राजाचे हे सांगणे ऐकून तो अचंब्यातच पडला. राजा अशा तऱ्हेचा आदेश का देत आहे, हे त्याला काही समजले नाही. चिंतेच्या सुरात अजीजीने प्रधानमंत्र्याने विचारलं, ''राजा, आपण असं करायला का सांगत आहात?''

राजा भोज विचारी व विचारवंत होता. जीवनाचा अर्थ त्याला समजला होता. राजा म्हणाला, ''मंत्रीजी, माणूस राजा असो की भिकारी असो. तो मृत्यूनंतर आपल्यासोबत या भूमीवरील कोणतीही धनदौलत, सोने-नाणे, हिरे-माणके, जमीन-जुमला, घर-बंगला नेत नाही. माझे खाली हात बघून लोकांना हे समजू द्या. सगळेच रिकाम्या हातांनी येतात आणि रिकाम्या हातांनी जातात. माणसाबरोबर जर काही येत असेल तर ते त्याचे कर्म. माणसाचे वाईट व चांगले कर्म त्याच्यासोबत जाते. म्हणून एक हात काळ्या रंगाने तर दुसरा हात पांढऱ्या रंगाने रंगवायचा.''

राजाने जीवनातील सत्याला असा उजाळा दिला हे सत्य प्रधानमंत्री कधीही विसरू शकला नाही.

२९. रहस्य

जे कृष्णमूर्ती हे भारतात जन्मले. पण त्यांचे खूपसे आयुष्य अमेरिकेत व्यतीत झाले. ते दरवर्षी भारतात येत. त्यांची तत्त्वज्ञानावर व्याख्याने होत. ''काल रात्री जोरदार पाऊस झाला आणि आता आकाश निरभ्र होत आहे. जगाचा हाच एकमात्र दिवस आहे, असे आम्ही नव दिवसाचे स्वागत करायला हवे. कालच्या सगळ्या स्मृती मागे ढकलून प्रवासाला निघा. प्रथम स्वतःला समजून घेण्याचा प्रयत्न करा.'' असा त्यांचा एक विचार आहे.

एकदा श्रेणिक नावाचा राजा गौतमबुद्धांकडे गेला. नमस्कार करून तो त्यांच्या जवळ बसला. बुद्धांना तथागत म्हणत. तथागतांच्या जवळ काही भिक्षू बसले होते. राजाची दृष्टी त्या भिक्षूंकडे गेली. ते सगळे आनंदी व प्रसन्न होते. यांचे जीवन इतके कष्टपूर्ण असूनही यांच्या चेहऱ्यावर सदैव अशी प्रसन्नता? राजाच्या मनात जिज्ञासा उत्पन्न झाली. यांच्या चेहऱ्यावर एवढा आनंद व शांती कशी?

राजपुत्रांना तर सर्व सुखसुविधा उपलब्ध असतात. पण त्यांच्या चेहऱ्यावर असा आनंद व प्रसन्नता नसते. उलटे ते तर नेहमीच उदास व खिन्न दिसतात. राजा मनातल्या मनात विचार करू लागला. याचे कारण काय असावे? पण राजाला स्वतःला त्याचे समाधानकारक उत्तर समजले नाही. मग राजाने आपली समस्या तथागतांच्या समोर ठेवली.

भगवान बुद्धांनी राजाचे म्हणणे शांतपणे ऐकले. नंतर ते म्हणाले, ''माझ्या भिक्षुकांना खूप शारीरिक कष्ट करावे लागतात. पण त्यामुळे त्यांची मानसिक शांती ढळत नाही. याचे कारण ते वर्तमानकाळात जगतात आणि ते सहज संतोष मानतात. भूतकाळ व भविष्यकाळाची त्यांना फिकीर नाही. त्या चिंतेपासून ते मुक्त आहेत. उद्या काम होईल? काल काय घडले? याचे चिंतन ते करत नाहीत. तो विचारच त्यांच्या डोक्यात येत नाही. आजचा ते विचार करतात. वर्तमानात ते जगतात. त्यामुळे भूत व भविष्याचे ओझे त्यांच्यावर नाही. आज जे काही ज्या रूपात प्राप्त झाले आहे, त्याचा ते आनंदाने स्वीकार करतात. ते 'मी' ला महत्त्व देत नाहीत. पूर्व अनुभवांवर अवलंबून राहून सत्य नित्य नव्या वर्तमानाला विसरत नाहीत. यांच्या चेहऱ्यावरील न भंगणारा आनंद, प्रसन्नता व शांती याचे रहस्य हेच आहे.''

३०. चंद्रचूड

एक पहाडी गावात एक पाणक्या राहत होता. त्या गावात पाण्याची कमतरता होती. पाणक्या दूरवरून पाणी आणून घराघरात पुरवीत असे. हाच त्याच्या पोटापाण्याचा व्यवसाय होता. एका पखालीचा एक रुपया मोबदला तो घेई. एका घरातून मात्र तो मोबदला घेत नसे. घर कसले, ती एक झोपडी होती. तिथे एक विधवा म्हातारी राहत असे. तिला ना मुलगी ना मुलगा. पाणक्या दररोज तिला पखालभर पाणी देई.

म्हातारीचा मृत्यू जवळ आला. ती एकदा पाणक्याला म्हणाली, "तू मला दररोज पाणी पाजले. तुला प्रतापी पुत्र होईल. तो राजा बनेल." काही दिवसांनी म्हातारी वारली. पाणक्याला व त्याच्या बायकोला म्हातारीचा आशीर्वाद एक गंमत वाटली. कारण ते दोघे आता मध्यमवयीन होते. अपत्य होण्याची शक्यता नव्हती. पण एके दिवशी पाणक्याला आनंदाची बातमी त्याच्या बायकोने सांगितली... त्यांना सुंदर, धष्टपुष्ट बालक झाले. त्याचे नाव त्यांनी 'चंद्रचूड' ठेविले.

चंद्रचूड मधुरभाषी व मातापित्यावर श्रद्धा ठेवणारा होता. त्याला पाणक्या व्हायचे नव्हते. विद्या शिकायची होती. पण तो खालच्या जातीतला म्हणून त्याला गुरू मिळेना. तो मोठा होऊ लागला. लाख प्रयत्न करून त्याला शिकवायला कोणी तयार होईना. सरस्वती विद्येची देवता. विद्या मिळत नाही म्हणून तो सरस्वती देवीच्या मंदिरात जाऊन आपली मान तलवारीने कापून देवीलाच अर्पण करायला सज्ज झाला. तेवढ्यात त्याच्याच वयाच्या एक कन्येने पाठीमागून त्याचा हात धरला. ती राजकन्या होती. ती त्याला शिकवायला तयार झाली. तिला शिकवायला राजवाड्यात मोठे आचार्य येत. तिने 'चंद्रचूड'ला आपल्या महालात नेले. तिचे शिक्षण झाल्यावर ती चंद्रचूडला शिकवी. चंद्रचूड विद्यावान झाला. तो छान कविता लिहू लागला. आता त्याचे आई-वडील देवाघरी गेले होते. पण त्यांचा आशीर्वाद त्याला होता.

राजाने राज्यकन्येच्या विवाहासाठी 'समस्यापूर्ती' जाहीर केली. खूप कवी आले. पण 'चंद्रचूड'ची समस्यापूर्ती राजाला आवडली. पण त्याची पाणक्याची नीच जात आडवी आली. राजकन्येनेच त्याला शिकविल्याचे कळले. पण राजकन्या धीट होती. तिने राजाला 'वचनपूर्ती'चे आवाहन केले. राजाने चंद्रचूड व राजकन्येचा विवाह करून दिला. चंद्रचूडला अर्धे राज्य दिले. चंद्रचूड राजा झाला. चंद्रचूडच्या वडिलांप्रमाणे जे गोरगरिबांची सेवा करतात त्यांचे पुत्रपौत्र सुखी होतात.

३१. चालत राहा

बुद्ध एकदा पर्वतीय रस्त्याने जात होते. दुपारपर्यंत एखादे गाव लागेल अशी अपेक्षा होती. सायंकाळ होऊ लागली. त्यांचा प्रिय शिष्य आनंद सोबत होता. तो खूप थकला होता. बुद्धसुद्धा थकले होते. पर्वतीय रस्त्यावर एका शेतातील झोपडीजवळ ते थांबले.

झोपडीबाहेर एक म्हातारा शेतकरी बसला होता. त्याची म्हातारी तिथेच बसून चरख्यावर सूत कातीत होती. त्यांनी आनंदाने विचारले, "येथून गाव किती अंतरावर आहे?" म्हातारा म्हणाला, "असेल चार मैलांवर!" चार मैल ऐकताच आनंदचा चेहरा पडला. चार पावले टाकण्याचे त्याच्यात त्राण नव्हते. भुकेला, तान्हेला आणि दुपारचे ऊन! म्हातारीने त्यांना निरखले. चरखा चालविणे थांबविले. म्हाताऱ्याला म्हणाली, "अहो, जरा शुद्धीत राहून बोला. अहो, ते किती थकले आहेत." मग ती आनंदला म्हणाली, "अरे मुला, दोन मैलांवर गाव आहे. म्हाताऱ्याला म्हातारपण लागले आहे."

आनंदाला थोडी हिंमत आली. तेव्हा बुद्ध हसले.

ते दोघे पुन्हा चालू लागले. रस्त्याने आनंदने विचारले, "तुम्ही हसलात का?" बुद्ध म्हणाले, "म्हातारीने जे काम केले तेच मला नेहमी करावे लागते. चार मैल असो की चाळीस मैल. आता दोन मैलांवर... चला..."

आणि झाले तसेच! दोन मैल आल्यावर गाव लागले नाही. तेव्हा एका वाटसरूला विचारले, "भाऊ गाव किती अंतरावर आहे?" तो म्हणाला, "आहे दोन मैलांवर." नंतर दोन मैल चालल्यानंतरही गाव लागले नाही.

बुद्ध म्हणाले, "आनंद, म्हाताऱ्याला म्हातारपण आले नव्हते अजून! म्हातारा खरेच सांगत होता. पण म्हातारीने बघितले, आपण थकलेलो, भुकेलो व उन्हाने हैराण झालेलो होतो. तिला करुणा आली. तिने मनात म्हटले असावे, कशाला चार मैल सांगायचे? दोनच मैल सांगूया."

रस्ता तर लांबलचक असतो. पण पूर्ण होणार नाही इतका लांबलचक नसतो. ध्येय गाठणे तर अवघड आहे, पण अशक्य नाही. साधना तर करायला हवी. दुर्गम आहे, पण असाध्य नाही. चालत राहावे. रस्ते मिळत राहतील. म्हणूनच बुद्धांनी म्हटले होते, "चरैवेति। चरैवेति। चालत राहा. चालत राहा."

१. महान आत्मा

चीनमधील गोष्ट आहे. कन्फ्यूशियस नावाचे एक श्रेष्ठ तत्त्वज्ञ होते. संत होते. एकदा त्यांना भेटायला खुद्द राजाच आला. संतांनी त्याचे स्वागत केले. आणि येण्याचे कारण विचारले. राजा म्हणाला, ''मला महान आत्म्याचे दर्शन घडवून आणा.'' संत म्हणाले, ''तुम्ही दयाळू आहात. प्रजेचे राखणदार आहात. तुमच्यापेक्षा दुसरा कोणता महान आत्मा असेल?''

संताच्या उत्तराने राजाचे समाधान झाले नाही. तो म्हणाला, ''यापेक्षाही मला महान आत्म्याचे दर्शन घ्यायची इच्छा आहे.''

संत हसत म्हणाले, ''मग तर तुम्ही माझेच दर्शन घ्या. कारण, मी नेहमी सत्याच्या शोधात असतो. जो आत्मा सदैव सत्याच्या शोधात असतो तो आत्मा महान होय.''

या उत्तरानेही राजा संतुष्ट झाला नाही. ''यापेक्षाही महान आत्म्याचे दर्शन घ्यावयाचे आहे. मला तुम्हीच मदत करू शकता.'' राजा म्हणाला.

राजाचे म्हणणे ऐकून संत गप्प राहिले. थोडा वेळ विचार केला. नंतर त्यांच्या घराच्या

खिडकीतून दिसणारी झोपडी राजाला दाखवत संत म्हणाले, ''त्या झोपडीत एक म्हातारी राहते. ती अंगणातल्या रोपट्यांना पाणी टाकत आहे. ही रोपटी जेव्हा मोठी होऊन फळे देतील तेव्हा आपण जिवंत नसू, याची तिला जाणीव आहे. तरीही ती रोपट्यांना प्रेमपूर्वक पाणी टाकत आहे. यांचा फायदा येणाऱ्या पिढीला होईल याचे तिला पूर्ण भान आहे. स्वार्थाची अपेक्षा न करता जे लोका चांगुलपणा करतात, त्यांचा आत्मा महान असतो. या जगात त्यांच्यापेक्षा दुसरा महान आत्मा कोणताच नाही.''

संतांचे बोलणे ऐकताच राजाचे डोळे चकाकले. तो हर्षभरित झाला. लगेच दुसऱ्या क्षणी तो संतांबरोबर म्हातारीच्या झोपडीकडे निघाला. तेथे पोहोचला. त्या वृद्ध म्हातारीसमोर राजा श्रद्धापूर्वक नतमस्तक झाला.

2. चातुर्य

एक अतिशय दरिद्री पंडित होता. त्याची बायको नेहमीच त्याला म्हणायची, "अहो, राजदरबारात जा. तुमचे ज्ञान तिथे दाखवा. राजाजवळ काही मागा." परंतु पंडिताची हिंमत व्हायची नाही. त्याने एकदा मनाशी निश्चयच केला नि राजाकडे राजदरबारात गेला. पंडित म्हणाला, "महाराज, मी तुमचा पाहुणा आहे. माझ्या आदरातिथ्याची योग्य व्यवस्था करा."

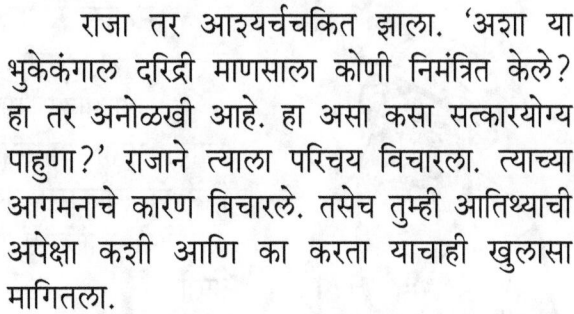

राजा तर आश्चर्यचकित झाला. 'अशा या भुकेकंगाल दरिद्री माणसाला कोणी निमंत्रित केले? हा तर अनोळखी आहे. हा असा कसा सत्कारयोग्य पाहुणा?' राजाने त्याला परिचय विचारला. त्याच्या आगमनाचे कारण विचारले. तसेच तुम्ही आतिथ्याची अपेक्षा कशी आणि का करता याचाही खुलासा मागितला.

पंडित बायकोच्या रेट्याने विचारपूर्वक आला होता. तो हसला आणि म्हणाला, "महाराज, तुम्ही असं कसं विसरत आहात? मी तुमचा मावसभाऊ आहे!"

राजा अधिकच आश्चर्यचकित झाला. राजा विचार करू लागला, 'कोणत्या मावशीचा हा पुत्र असावा?' मग राजाने पंडिताला त्याच्या आईचे नाव व गाव विचारले.

तेव्हा पंडिताने खालील श्लोक ऐकविला.
'आपदा मम माता च,
तव माता च सम्पदा ।
आपद सम्पदे भगिन्यौ
तेनहं तव बान्धवा ।'

माझ्या आईचे नाव आपत्ती आहे आणि तुमच्या आईचे नाव संपत्ती आहे. या दोन्ही सख्ख्या बहिणी आहेत. म्हणूनच आपण दोघे मावसभाऊ झालोत ना?

दरिद्री पंडिताच्या व्यासंगाने व हुशारीने राजा खूपच प्रसन्न झाला. बुद्धिचातुर्याने असावे तर असे! नंतर राजाने पंडिताच्या स्वागताची व आतिथ्याची व्यवस्था मावसभावाप्रमाणे केली.

3. उपदेश

एका शहरात एक मोठे शेठजी रहात होते. त्यांचा मोठा बंगला होता. शेठजी दानधर्म करीत. पण व्यापारात मात्र त्यांची चाल वाकडीच असे. एकदा शहरात एक महात्मा आले. शेठजींनी त्यांना भोजनासाठी घरी आमंत्रित केले. महात्मा शेठजींच्या घरी आले. शेठजींनी त्यांचा आदरसत्कार केला. पंचपक्वानांचे जेवण त्यांनी आयोजित केले होते. जेवण झाल्यावर महात्मा जायला निघाले. तेव्हा शेठजी म्हणाले, ''महात्माजी, मला काही उपदेश करा.''

महात्मा म्हणाले, ''सात दिवसांनंतर मी पुन्हा इथे शहरात येईन, तेव्हा तुमची इच्छा पूर्ण करीन.''

महात्माजी सात दिवसानंतर शहरात आले. शेठजींनी त्यांना पुन्हा आमंत्रित केले. महात्माजींनी यावेळी भोजनाचे निमंत्रण स्वीकारले नव्हते. केवळ त्यांच्या घरी जाणार होते. पण शेठजींनी त्यांच्यासाठी उत्तमउत्तम मिठाई तयार करवून घेतली होती.

महात्माजी आले. त्यांच्या हातातील पात्र त्यांनी जवळ ठेवले. शेठजींच्या आग्रहाने नाश्ता झाला. महात्माजी अनुत्सुक होते. पण त्यांच्या पात्रात मिठाई भरण्यासाठी शेठजींनी पात्र बघितले तर त्यात कचरा होता. शेठजी म्हणाले, ''स्वामीजी, या पात्रात तर कचरा आहे. त्यात मिठाई कशी घालणार?''

मग शेठजींनी नोकराला बोलाविले. त्याला स्वामीजींचे पात्र स्वच्छ धुवून आणायला सांगितले. नोकराने पात्र स्वच्छ करून आणल्यावर शेठजींनी त्यात मिठाई भरली. स्वामीजी जायला निघाले. तेव्हा शेठजी म्हणाले, ''स्वामीजी आपण आज उपदेश करणार होता.''

तेव्हा स्वामींनी शेठजींकडे बघितले. स्वामीजी नि:स्पृह होते. त्याचप्रमाणे परखड स्वभावाचे होते. शेठजी व्यापारात कावेबाजी करतात, हे त्यांना ठाऊक होते. स्वामीजी म्हणाले, ''उपदेश तर मी दिला. तो तुम्हाला समजला नाही?'' शेठजींनी आश्चर्याने म्हटले, ''नाही.''

स्वामीजी म्हणाले, ''माझ्या पात्रात कचरा होता. म्हणून तुम्ही त्यात मिठाई घातली नाही. पात्र स्वच्छ करवून घेतल्यानंतरच मिठाई त्यात टाकली.... तुमच्या अंतरंगातही मलिनता आहे. ती आधी काढून फेका व स्वच्छ व निर्मळ बना.''

शेठजी स्वामीजींच्या चेहऱ्याकडे बघतच राहिले हे ऐकून.

४. शीतळप्रसाद

एक जैन मुनी होते. ते खूप प्रसिद्ध होते. प्रकांड पंडित व ज्ञानी म्हणून त्यांची ख्याती होती. त्यांचे नाव होते, शीतलप्रसाद. एकदा आग्रा येथे त्यांचे आगमन झाले होते. आग्रा येथे एक कवी तेव्हा राहत असत. त्यांचे नाव होते, बनारसीदास. ते त्यांचे दर्शन घेण्यासाठी गेले. शीतलप्रसादांनी त्यांना आपुलकीने कवी म्हणून जवळ बसविले. बनारसीदास मस्त कलंदर कवी होते. नेहमी मस्त असत. कवीच होते ते! कवींनी महाराजांना विचारले, ''महाराज, आपले शुभ नाव काय आहे?'' त्यांनी सांगितले, ''माझे नाव शीतलप्रसाद आहे.'' मग तेथे उपस्थितांशी गप्पा झाल्या. बनारसीदासही त्यात सहभाग घेत होते. महाराजही काही अनुभव सांगत होते. कवी विसराळू स्वभावाचे होते. काही वेळातच ते नाव विसरले. त्यांनी विचारले, ''महाराज, आपले शुभ नाव काय आहे?''

मुनी थोडे नाराजच झाले. मुनी म्हणाले, ''अहो, सांगितले ना तुम्हाला शीतलप्रसाद म्हणून.'' नंतर पुन्हा गप्पागोष्टी सुरू झाल्या. कवी पुन्हा मुनींचे नाव विसरले. ते विसराळू होतेच. कवींनी पुन्हा विचारले, ''महाराज, आपले शुभ नाव काय आहे?''

आता मात्र शीतलप्रसाद रागावलेच. त्यांनी आपली काठी उचलली आणि म्हटले, ''मूर्ख माणसा, शीतलप्रसाद असे कितीवेळा सांगितले ना तुला!'' कवी म्हणाले, ''महाराज, ज्वालाप्रसाद असते तर छान होते. शीतलप्रसाद काही जमत नाही!''

५. सात्त्विकता

१९२८ मधील ही गोष्ट आहे. डिसेंबरचा महिना होता. 'पेशावर' आता पाकिस्तानात आहे. उत्तरकडील, पंजाबमधील 'पेशावर'ची थंडी मी म्हणत होती. गारठविणारी थंडी होती. सारी माणसे झोपली होती. एकदम रात्री आग विझवणारी फायर ब्रिगेडची गाडी टण टणऽटण टणऽ घंटा वाजवित भर रस्त्यावरून धावत चालली होती.

बघताबघता आगीने रौद्र स्वरूप धारण केले होते. जवळजवळ छोटीछोटी घरे होती. एका मुसलमानी विधवा स्त्रीचे घर आगीच्या निकट होते. जवळचे घर पेटू लागताच ती मुसलमान स्त्री मदतीसाठी आरोळ्या मारीत होती. तेवढ्यात लोकांमधून एक बुलंद आवाज आला, ''आहे कोणी माईचा लाल? जो विधवा स्त्रीच्या घरावर बंबाने पाणी फेकू शकेल?''

यावेळेपर्यंत मुसलमान विधवा स्त्रीचे घर पेटू लागले होते. तेवढ्यात एक अनोळखी तरुण आपल्या मंद आवाजात म्हणाला, ''मी आहे मेहताजी. मी तिथे पंप पोहचवितो.''

उपस्थितांना आश्चर्य वाटले. एक अतिशय सुंदर गोरापान बलवान तरुण होता तो! त्याने पंप हातात घेतला. तो शेजारच्या घराच्या छतावर चढला. ते आगीने अर्धे आधीच खाली पडले होते. पण उर्वरित भागावर जाऊन तो मुसलमान स्त्रीच्या घरापर्यंत पोहोचलाच. तेवढ्यात फायर ब्रिगेडच्या कर्मचाऱ्यांनी त्याला सावध केले, ''ज्या छतावरून तू गेलास तेही खाली पडले आहे. आता कसा परतशील? कशाला जीवावर उदार होतो आहेस...''

पण युवकाने तिकडे लक्ष दिले नाही. त्याने त्या विधवेच्या घरावर पंपाने पाणी फेकले. विधवेच्या जळत्या घरावर पाण्याचे फवारेच पडले. तिचे घर खूपसे वाचले. विधवेला ते दृश्य बघून हायसे बचावले. तिला गदगदून आले. तो तरुण उड्या मारीत तिच्या घरातून बाहेर आला.

दुसऱ्या दिवशी मुस्लिम वृत्तपत्रांनी त्याची स्तुती केली. 'एका हिंदू युवकाने मुस्लिम विधवेचे घर वाचविले' कोण होता हा हिंदू युवक? ज्यांनी भविष्यकाळात आपले व्यक्तित्व, कृती व अभिनयाने भारतभर लोकप्रियता मिळविली ते पृथ्वीराज कपूर! करिना कपूरचे पणजोबा.

गीतेत 'अभयं सत्त्वसंशुद्धि ।' असे म्हटले आहे. माणसाच्या स्वभावात 'सात्त्विकता' नसेल तर 'निर्भयता' निर्माणच होऊ शकत नाही.

६. शिष्टाचार

डेव्हिड हर्बर्ट लॉरेन्स याने कविता, लघुकथा, प्रवासवर्णने, नाटके, समीक्षा व गंभीर विषयांवरील निबंध ही लेखनाची विविध अंगे हाताळली असली, तरी स्वत:ला तो प्रामुख्याने कादंबरीकारच समजत असे. अतिशय हुशार व बुद्धिमान अशा या कादंबरीकाराला बुद्धीबद्दल मात्र भयंकर तिटकारा होता. बुद्धिपेक्षा भावनांना प्राधान्य दिले पाहिजे, असे त्याचे मत होते. ''ज्ञान हे शिष्टाचारांनी अलंकृत असावे. त्यामुळे ज्ञानाचा व ज्ञानी माणसाचा जगातील प्रवास सुकर होतो.'' असा त्याचा एक विचार आहे.

एक अनुभवी व चाणाक्ष दुकानदार होते. त्यांनी आपल्या मित्रांना आणि वारंवार भेटणाऱ्यांना सांगून ठेवले होते, ''एखादा शिकलेलासवरलेला, प्रामाणिक माणूस बघण्यात असला तर माझ्या दुकानासाठी नोकर म्हणून पाहिजे आहे. कारण मी एकटा असतो. सामान घ्यायला बाहेर जावे तर दुकान बंद ठेवावे लागते. ग्राहक तर दिवसभरात केव्हाही येतात व ग्राहक तर परत जायला नको.''

काही दिवसांनी दुकानदारांचा मित्र दुकानावर आला. त्याच्यासोबत एक तरुण होता. तो तरुण अनेक अडचणींचा शिकार झालेला होता. अनेक ठिकाणी त्याने नोकरीसाठी अर्ज केले होते. पण त्याला कोणीही नोकरीवर बोलविले नव्हते. सरकारी नोकरी तर मिळत नव्हती. पण जीवन जगण्यासाठी काहीतरी प्राप्ती तर केली पाहिजे. म्हणून खाजगी नोकरी मिळाली तरी चांगले, असा त्या तरुणाचा विचार होता. म्हणून तो तरुण मोठ्या आशेने त्या दुकानदाराच्या मित्रासोबत आला होता. त्या तरुणाने आपला उद्देश दुकानमालकाला सांगितला. मालकाने त्याला काही प्रश्न विचारले. त्याने आपली सगळी शैक्षणिक पात्रताही दुकानदाराला सांगितली. बराच वेळ मुलाखत सुरू होती.

मुलाखतीनंतर दुकानमालकाने त्या तरुणाला परत जाण्यास सांगितले. विचार करून तुमच्या घरी कळवितो, असे सांगितले. युवक निराश होऊन घरी गेला. दुकानदाराच्या मित्राने विचारले, ''मित्रा, तरुण तर चांगला पात्रताधारक आहे, प्रामाणिक आहे. कष्टाळू व मेहनती आहे. मग तुम्ही त्याला का परत पाठविले?''

दुकानदार म्हणाला, ''अरे दोस्ता, मी तुला काय सांगू? त्याच्यात एक फारच मोठी उणीव होती. माझ्या प्रश्नांची त्याने उत्तरे बरोबर दिलीत. पण त्यात शिष्टाचारांचा अभाव होता. होय सर, श्रीमान, महोदयजी, साहेब असा अदब दाखविणाऱ्या शिष्टाचारयुक्त शब्दांचा अभाव होता. व्यापारातील यश शिष्टाचारांवरच अवलंबून असते. अदब व शिष्टाचारांच्या अभावांनी तर मी उभा केलेला सारा व्यापार कोलमडून जाईल.''

७. प्राणदाता

फ्रान्समधील ही गोष्ट आहे. एक किशोरवयीन मुलगा होता. असेल बारा वर्षांचा. त्याला अरण्यातील पक्ष्यांबद्दल खूप प्रेम होते. तिकडे 'लवा' नावाचा पक्षी असतो. तो त्याला खूप आवडत असे. त्याचा मधुर स्वर या मुलाला भुरळ पाडीत असे.

एके दिवशी रस्त्याने जात असताना 'लवा'चा मधुर स्वर त्याच्या कानी पडला. त्याने इकडे तिकडे बघितले. एका चिमण्या विक्रेत्याने 'लवा' पक्ष्याला पिंजऱ्यात अडकविलेले त्या मुलाला दिसले. लोकांना 'लवा'चे मांस खूप आवडते, हे त्याला ठाऊक होते. 'जो हा पक्षी खरेदी करेल तो याला मारून खाणार.' 'लवा'ला सुद्धा ते जाणवले असावे. कारण त्याच्या डोळ्यात पाणी व आवाजात दुःख होते.

या मुलाने किंमत विचारली. विक्रेत्याला म्हटले, "अहो, हा पक्षी मी विकत घेतला आहे. मी पैसे घेऊन येतो. दुसऱ्या कुणाला विकू नका." मुलगा पळतच घरी आला. घरी आई नव्हती. मग त्याला आपल्या प्रिय शिक्षकांची आठवण आली. त्यांचे घर थोडे दूर होते. पण मुलगा धावतच त्यांच्याकडे गेला. त्याने सर्व गोष्ट सांगितली. "मला पैसे द्या. मी तुमचे पैसे आजच आणून देईन. 'लवा' पक्षी जर कोणी विकत नेला तर तो खाण्यासाठीच घेतला जाईल. मग त्याचे ओझे माझ्यावर राहील." शिक्षकांनी त्याला पैसे दिले. शिक्षक दयाळू व प्रेमळ होते. त्या मुलाची तगमग त्यांना समजली होती.

तो मुलगा त्वरित धावत धावत पक्षिविक्रेत्याकडे आला. एक महिला किंमत ठरवीत होती. पक्ष्याला बघून तिच्या तोंडाला पाणी सुटले होते. मुलाने त्याला पैसे दिले. 'लवा' बंद असलेला पिंजरा त्याने घेतला. आनंदाने त्याचे मन उसळ्या मारीत होते. घराकडे निघाला. घरी आला. त्याची खूप धावपळ झाली होती. घरी येताच त्याचे डोके गरगरू लागले. तो बिछान्यावर पडला. तो मुलगा सुस्त पडला होता. अर्धवट शुद्धीत होता.

त्याचे शिक्षक त्याच्या घरी आले. धावपळ करून हा आजारी तर पडणार नाही ना, असे त्यांना वाटले होते. त्याच्या आईने व शिक्षकांनी त्यांच्यावर उपचार केले. थोड्यावेळाने मुलगा शुद्धीवर आला. तो उठून बसला. त्याने प्रथम पिंजऱ्याकडे बघितले. तो प्रिय पक्षीही चिंताग्रस्त वाटत होता. त्या मुलाकडे बघत तो पिंजऱ्याच्या आसारीवर टकटक करीत होता.

मुलाने 'लवा' ला पुकारले 'लवा' आनंदला. त्याने पंख फडफडविले. मधुर स्वरात आपल्या प्राणदात्याचे जणू आभार मानले.

नंतर मुलाने पिंजरा उचलला. घराबाहेर निर्जन शेतांकडे.... झाडीकडे तो गेला. त्याने पिंजऱ्याचे दार उघडले. 'लवा'ने पुन्हा एकदा मुलाकडे प्रेमाने बघितले.... मग बघता बघता 'लवा' आकाशात भुर्रकन उडाला.

८. बहुमूल्य जीवन

खूप प्राचीन गोष्ट आहे. ग्रीकमधील. तेथे 'डायोजिनीस' नावाचा महान संत होता. एके दिवशी एक सरदार त्याच्याकडे आला. त्याने डायोजिनीसच्या समोर एक बाटली ठेवली. तो म्हणाला, "ही घ्या. मी खास तुमच्यासाठीच आणली आहे."

डायोजिनीस यांनी बाटली हातात घेतली आणि तिचे निरीक्षण केले. सरदार म्हणाला, "ही फार महागडी व उंची अशी दारू आहे. माझ्यासाठी मी ती मागविली. पण त्या बाटल्यांतील एक बाटली तुमच्यासाठी आणली आहे."

डायोजिनीस यांनी त्या दारूच्या बाटलीचे बूच उघडले. डायोजिनीस आता अख्खी बाटली घशाखाली रिचवील असे त्या सरदारास वाटले. नंतर हा आपली स्तुती करेल असेही त्याला वाटले.

पण घडले काय? डायोजिनीसने दारूची बाटली तिथेच उलटी केली. बाटलीतून दारू जमिनीवर सांडली. दारू गटगट आवाज करीत भूमीवर पडत होती. डायोजिनीस हा वक्ता, संत व विचारवंत होता.

आश्चर्यचकित झालेल्या सरदाराने म्हटले, "अरे, अरे, आपण हे काय करीत आहात? हा असा मूर्खपणा! इतकी बहुमूल्य दारू तुम्ही नष्ट करीत आहात!"

डायोजिनीसने अत्यंत शांततेने विचारले, "मग यात काय मोठेसे घडले?"

सरदार म्हणाला, "तुम्ही एवढी ही बहुमूल्य दारू मातीत मिळवलीत! अहो, अशी दारू सर्रास मिळत नाही."

डायोजिनीस म्हणाले, "भल्या माणसा, मी दारू पित नाही. दारू पिऊन आपले बहुमूल्य जीवन मातीत घालविण्यापेक्षा ही बहुमूल्य दारू मातीत मिसळवलेली अधिक चांगली."

हे वाक्य ऐकून उमरावाचे डोळे उघडले. तो डायोजिनीससमोर नतमस्तक झाला.

तो सरदार म्हणाला, "महात्माजी, तुमचे म्हणणे सत्य आहे. आजपासून मीसुद्धा दारू पिणार नाही. बहुमूल्य मानवी जीवनाच्या तुलनेत ही दारू महागडी व उंची असूनही तुच्छच आहे."

९. पतिभक्ती

ही एक पौराणिक गोष्ट आहे. कांचीपुरी नावाचे नगर होते. तेथे एक चोर राहत असे. त्याचे नाव 'वज्र' असे होते. तो चोरी करायचा. जिथे चोरी करीत असे तेथील लोकांबद्दल त्याला किंचितही वेदना व्हायची नाही. त्याचे हृदय 'वज्रा'सारखे कठीण होते. आपण पकडले जाऊ नये म्हणून तो चोरीचा माल घरी आणत नसे. अरण्यात खड्डा खोदून त्यात गाडत असे.

एके दिवशी एका लाकूडतोड्याने ते बघितले. मग लाकूडतोड्या दररोज तिथे जाऊ लागला. चोरीच्या मालाचा दहावा हिस्सा तो घरी आणत असे. खड्डा सारखा करून बुजवत असे. लाकूडतोड्याने ते धन आपल्या बायकोला दिले. तिने ते घेण्यास स्पष्ट नकार दिला. ती म्हणाली, ''आपल्या श्रमाने कमावलेले धन टिकते. मी चोरीच्या धनातील एक कणही घेणार नाही. तुम्ही लोकहिताचे कामे करा.''

लाकूडतोड्याला ते पटले. त्याने एक तलाव बनविला. पैसे कमी पडले तर पुन्हा चोराचे धन आणले. श्रीविष्णूचे, शंकराचे मंदिर बांधले. आणखी लोककल्याणाची कामे केली.

लाकूडतोड्याचा एके दिवशी मृत्यू झाला. यमदूत आले. विष्णू व शंकराचेही दूत आले. त्यांचा आपापसांत विवाद झाला. तेव्हा नारदमुनी तेथे प्रकट झाले. ते म्हणाले, ''याने चोरीच्या धनाने तलाव व मंदिरे बांधली. चोरी करून कमावलेल्या धनाच्या पापाचे प्रायश्चित्त हा करीत नाही, तोवर अंतराळात वायुरूपात तरंगत राहील.'' मग तसे झाले.

नारद लाकूडतोड्याच्या पत्नीला म्हणाले, ''बाई, तुम्ही नवऱ्याला चांगला रस्ता दाखविला. म्हणून तुम्ही ब्रह्मलोकात जाल.'' पण ती पतीच्या निधनाने दुःखी होती. ती नारदांना म्हणाली, ''जोपर्यंत माझ्या नवऱ्याला देहप्राप्ती होत नाही तोपर्यंत मी इथेच राहीन. जी गती माझ्या पतीला मिळेल, त्याच गतीची मी इच्छा करीन.''

तिची पतिभक्ती बघून नारद प्रसन्न झाले. ती स्त्री शिवाची आराधना करू शकेल, अशी योग्यता त्यांनी तिला बहाल केली. त्या साध्वी स्त्रीने शिवाची आराधना केली. तिची आराधना फलद्रूप झाली. तिच्या पतीचा चोरीचा मळ धुतला गेला. तिच्या पुण्याच्या बळावर दोघांना सद्‌गती मिळाली.

पौराणिक गोष्टीत कल्पनाविलास, अद्‌भुतरम्यता व धर्मप्रेम जसे असते, तसाच बोधही असतो.

१०. शिस्त व धैर्य

ही एक घटना आहे. ऑस्ट्रेलियात घडलेली. या घटनेत कथा आहे, ती रोचक तर आहेच पण प्रेरणासुद्धा देणारी आहे. ऑस्ट्रेलियाच्या पश्चिम किनाऱ्यापासून नऊ किलोमीटर अंतरावर घडलेली ही थरारक घटना आहे. एक प्रचंड काळा खडक तिथे समुद्रात आहे. पश्चिम किनाऱ्यावरून जहाज निघाले. सर्व प्रवासी आनंदात होते. त्यांना निरोप देण्यास आलेले मित्र, नातेवाईक आपापल्या घरी पोहोचलेही नसतील तेवढ्यात जहाज त्या प्रचंड काळ्या खडकावर आदळले. प्रचंड आवाज झाला. जहाजात आणीबाणीची घंटा वाजली. जहाजातील सगळे कर्मचारी तत्परतेने सुरक्षिततेच्या कार्याला लागले. ते प्रवासी वाहतूक करणारे जहाज होते. त्या जहाजातून साडेचारशे प्रवासी प्रवास करीत होते. प्रसंग अत्यंत कठीण होता. जहाजातील सर्व प्रवासी एकदम भयभीत झाले. पण ते शांत झाले. त्यांना तशी सूचना दिली गेली. सर्वजण आपापल्या जागेवर बसून होते. जहाज केव्हा बुडेल हे सांगता येत नव्हते.

तेवढ्यात जहाजाच्या मुख्य अधिकाऱ्यांनी हुकूम सोडला : "होड्यांमध्ये बसा."

सर्व प्रवाशांनी सुरक्षिततेचे कवच धारण केले. एक प्रवासी नेत्रहीन होता. तो आपल्या नोकराच्या हाताला घट पकडून जहाजाच्या लाकडी प्लॅटफॉर्मवर (डेक) उतरला. एक प्रवासी गंभीर आजारी होता. त्याला दुसऱ्या प्रवाशांनी सहारा दिला. त्यालाही डेकवर आणले. सर्वांनी त्या दोघांना रस्ता मोकळा करून दिला. अत्यंत शिस्तीत संयमाने सगळे प्रवासी रांगेने येऊन पाळीपाळीने होड्यांमध्ये उतरले. जहाज रिकामे झाले. होड्या समुद्रातून किनाऱ्याकडे जाऊ लागल्या... तेव्हा त्या सर्व प्रवाशांसमोरच, काही मिनिटांनंतर बघता बघता जहाज समुद्राच्या पोटात सामावले. होडीत बसलेली स्त्री एक गीत गाऊ लागली :

प्यारे नाविक, बढो किनारा पास है,
कर्म करो जबतक इस तन में सांस है,
यह जीवन साहस का दुजा नाम है-
प्यारे नाविक, बढो किनारा पास है ।

नावाड्यांची हिंमत वाढली. सगळे प्रवासी सुखरूप किनारी आले. प्रवासी घाबरले नाहीत. त्यांनी संयम, शिस्त व धैर्य दाखविले. नाहीतर....

११. खोटी नाणी

ना. ह. आपटे विसाव्या शतकाच्या पूर्वार्धात मराठीत एक सात्त्विक लेखक होऊन गेले. त्यांचे पूर्ण नाव नारायण हरी आपटे होते. त्यांनी 'हृदयाची श्रीमंती', 'भुरळ' अशा अनेक सामाजिक आणि 'अजिंक्यतारा' व 'लांछित चंद्रमा' अशा पुष्कळ ऐतिहासिक कादंबऱ्या लिहिल्या आहेत. पण नैतिक आदर्शावर अतूट श्रद्धा ठेवणाऱ्या ना. ह. आपटे यांचे 'सुखाचा मूलमंत्र' हे पुस्तक त्याकाळी खूपच गाजलेले होते. "एका मोहापासून मनाला जिंकले की, ते दुसऱ्या मोहाला जिंकू शकते व आपली आपल्यालाच धन्यता वाटते. परंतु तेच आपण 'एकवार' म्हणून जर एक वेळ एका मोहाला बळी पडलो तर दुसरा मोह त्यातूनच उत्पन्न होतो," असा त्यांचा एक सुखाचा मूलमंत्र आहे.

एक लहानसे शहर होते. शहर सुंदर होते. शहराजवळूनच नदी वाहत होती. त्या नदीच्या काठावर काही घरे होती. तेथेच एका व्यवसायाने शिंपी काम करणाऱ्या माणसाचे घर होते. घरीच समोरच्या पडवीत बसून ते शिलाई करीत. सात्त्विक व संतवृत्तीचे ते गृहस्थ होते. ते नित्यनियमाने मंदिरात जात. भजन करीत. भजनेही लिहित. लोक त्यांना 'संत' समजत. पण पोटासाठी ते शिलाईचे काम करीत. संत शिंपी असा त्यांचा शहरात लौकिक होता.

त्या शहरात असा खुदपसंत माणूस होता. तो त्याचे कपडे नेहमीच संत शिंप्याकडून शिवून घेत असे. मात्र, शिलाईची मजुरी देताना तो नेहमीच संत शिंप्याला खोटी नाणी देत असे. ती नाणी व्यवहारात कोणी घेत नसत. पण संत शिंप्यांनी त्याला तो खोटी नाणी देतो असे भासू दिले नाही. ते संत शिंपी ती नाणी ठेवून घेत.

एकदा संत शिंपी गावाला गेले होते. त्या खुदपसंद व्यक्तीचे कपडे शिवून तयार होते. दुकानात नोकर होता. तो खुदपसंत माणूस दुकानात आला. कपडे घेतले. त्याने नोकराकडे शिलाईच्या मोबदल्याचे पैसे दिले. पण नेहमीप्रमाणे ती सगळी खोटी नाणी होती. नोकराने ते पैसे स्वीकारले नाही.

संत शिंपी गावाहून परत आल्यावर नोकराने त्यांना ही सगळी गोष्ट सांगितली. तेव्हा ते संत शिंपी नोकराला म्हणाले, "तू ती नाणी घ्यायला पाहिजे होतीस. मला त्याने नेहमीच खोटी नाणी दिली आहेत. पण मी त्याला कधीही प्रश्न केला नाही किंवा तू खोटी नाणी का देतोस म्हणून हटकले नाही. मी तर ती नाणी जमिनीत खोलवर गाडतो. कारण त्यामुळे आणखी कोणी दुसरा माणूस फसविला जाता कामा नये."

१२. परतभेट

एकदा महात्मा गौतम बुद्धांना एका गावाच्या रस्त्याने पुढच्या गावी जायचे होते. गावातून रस्ता होता. काही लोक त्यांच्या जवळ आले. त्यांना शिव्या देऊ लागले. गौतम बुद्धांचा अपमान करू लागले. त्यांचे शिव्या देणे संपल्यावर बुद्धांनी त्यांना विचारले, "तुमचे बोलणे संपले असेल तर मी जातो. मला पुढच्या गावी लवकर जायचे आहे."

बुद्धांचे बोलणे ऐकून लोक चकितच झाले. लोक म्हणाले, "आम्ही तर काहीही बोललो नाही. खऱ्याखऱ्या शिव्याच दिल्या. तरीही तुम्हाला वाईट वाटले नाही? तुम्ही उलट उत्तर दिलेच नाही?"

बुद्ध म्हणाले, "तुम्ही जर दहा वर्षे अगोदर मला भेटला असता तर त्यावेळी मी शिव्यांना शिव्यांनीच उत्तर दिलं असतं. तेव्हा मला अपमानाचे दुःख होत असे. पण दहा वर्षांपासून मी केवळ उपकारापुरता राहिलो आहे. मागच्या गावी मी जसे वागलो तसेच तुमच्याशी वागेन."

त्या लोकांनी जिज्ञासेने विचारले, "त्या गावी तुम्ही कसे वागलात? बुद्ध म्हणाले, "मागच्या गावी काही लोक आले होते. त्यांनी मला भेट देण्यासाठी म्हणून फळे, फुले आणि गोड पदार्थ आणले होते. तेव्हा 'माझे पोट भरलेले आहे', असे मी त्यांना सांगितले. मी त्यांची क्षमा मागितली." भरून आणलेल्या थाळ्या त्यांनी परत नेल्या. आता तुम्ही शिव्या आणल्या आहेत. या शिव्या परत नेण्याशिवाय दुसरा मार्ग तुमच्यापाशी नाही. त्यांनी फळे, फुले, व गोड पदार्थांच्या थाळ्या परतच नेल्या होत्या. त्यांनी ते सगळे त्यांच्या मुलाबाळांना वाटले असावे. आता या शिव्या तुम्ही कोणाला वाटाल? कारण त्या घेण्यासाठी तर मी नकार देत आहे."

ते लोक परस्परांच्या चेहऱ्याकडे टकमकटकमक बघत होते.

१३. न्याय

रामायणातील ही गोष्ट आहे.

श्रीराम राजसभेत बसलेले होते. सर्व दरबारी माणसेही बसलेली होती. प्रशासन व न्यायनिवाड्याचे कार्य सुरू होते. अनेक प्रजानन आपापल्या तक्रारी घेऊन आले होते. श्रीराम त्या ऐकण्यात मग्न होते. तेवढ्यात त्यांना दूरवर पण महालाच्या बाहेरच एक कुत्रा जोराजोरात रडत... विव्हळत असल्याचा आवाज ऐकू आला. श्रीरामांनी लक्ष्मणाला काय आहे ते बघण्यास आणि कुत्र्याला कसल्या वेदना होत आहेत त्याचा तपास करण्यास पाठवले. लक्ष्मण कुत्र्याजवळ गेला. पण कुत्रा काही सांगण्यास वा लक्ष्मणाबरोबर राजदरबारात येण्यास राजी नव्हता.

शेवटी स्वत: श्रीराम राजदरबारातील काम स्थगित ठेवून कुत्र्याजवळ आले. त्यानी अतिशय प्रेमाने त्याची पाठ थोपटली. त्याला आपले दु:ख विचारलं. कुत्रा रामाला म्हणाला, ''महाराज, माझी काहीही चूक नव्हती. एका संन्याशाने मला दगड मारला. त्यामुळे माझ्या पायाला जबर जखम झाली आहे. आपण मला न्याय द्या. आपणांस मी शरण आलो आहे.''

श्रीरामांनी त्या संन्याशाला बोलाविले. त्याला सगळे साद्यन्त सांगण्यास सांगितले. संन्यासी म्हणाला, ''महाराज, हा कुत्रा लबाड आहे. माझे भिक्षा मागून आणलेले अन्न घेऊन मी जवळच झाडाखाली बसलो. पण या कुत्र्याने त्या अन्नाला स्पर्श केला. माझे अन्न त्याने दूषित केले. त्याला हाकलण्यासाठी लावण्यासाठी मी त्याला जवळच पडलेला एक दगड फेकून मारला. तो दगड याच्या पायाला लागला.''

श्रीरामांनी लगेच निर्णय दिला. ते संन्याशाला म्हणाले, ''एखादी खाण्याची वस्तू दिसली म्हणजे कुत्रा त्यावर झेप घेतो हा तर त्याचा स्वभावच आहे... पण संन्यासी कसा असावा? त्याला क्रोध यायला नको. जीवांवर दया करणारा हवा. म्हणून दोष कुत्र्याचा नाही, तुमचाच आहे.''

संन्याशाने श्रीरामाचे म्हणणे मान्य केले. झालेली चूक कबूल केली.

१४. ध्येय

बर्नार्ड शॉ यांच्या नाटकांनी विसाव्या शतकाच्या पूर्वार्धात शेक्सपिअरच्या काळाइतकी प्रतिष्ठा त्यांना मिळवून दिली. त्यांना त्यांच्या नाटकांनी जागतिक महत्त्व प्राप्त करून दिले. शॉ विनोद सम्राट होते. शॉ यांना दीर्घ आयुष्य लाभले होते. त्यांचे जीवन प्रतिभासंपन्न होते. ते एका थोर साहित्यिकाचे जीवन होते. शॉइतकी त्रिखंड कीर्ती क्वचितच एखाद्या लेखकाला मिळते. ''आपल्या ध्येयाचा कधीही विसर पडू देऊ नका, नाहीतर तुम्हाला जे काही प्राप्त होईल त्यातच तुम्हाला समाधान वाटत राहील.'' असा त्यांचा एक विचार आहे.

प्राचीन भारतातील गोष्ट आहे. आयुर्वेदतज्ज्ञ चरकमुनी प्रसिद्धीस आलेले. चरक गुरुकुलात शिकत होते. औषधी वनस्पतींच्या शोधाचे काम त्यांच्याकडे होते.

एकदा त्यांना हातावर एक फोड आला. गुरुजींनी त्यांना त्या फोडावर उपाय करण्यासाठी एक विशेष औषधी सांगितली. औषध जर मिळाले नाही तर फोड गंभीर रूप धारण करू शकतो, असेही त्यांनी बजावले. चरक त्या वनस्पतीच्या शोधासाठी गुरुकुलाच्या बाहेर पडले. अरण्यात दूरवर त्यांनी शेकडो वनस्पती बघितल्या. त्या वनस्पतींच्या प्रभावाचे निरीक्षण-परीक्षण केले. त्यासाठी त्यांना पुष्कळ दिवस लागले. आठवडा तर सहज संपला. पण वनस्पती सापडत नव्हती.

शेवटी गुरुजी त्यांना म्हणाले, ''बाळ, ही वनस्पती आपल्या आश्रमाच्या मागील बाजूसच उपलब्ध आहे. तिची पाने तू आण. त्या पानांचा रस पी. तसेच त्या चोथ्याचा लेप फोडावर बांध.'' काही दिवसांतच त्यांचा फोड बरा झाला.

नंतर एकदा सायंकाळी गप्पागोष्टीच्या दरम्यान चरक आपल्या गुरुजींना म्हणाले, ''आचार्य, औषधी वनस्पती तर आश्रमाच्या जवळच होती. पण तुम्ही मला अरण्यात एक आठवडाभर हिंडविले, फिरविले. मला खूप शोध घेण्यास इकडे-तिकडे भटकविले असे का?''

गुरुजी म्हणाले, ''बाळ, शोधाचा ध्यास लागला पाहिजे. शोधाबद्दल कळकळ व तळमळ जागती राहायला हवी. त्यामुळे खूप बघता येते. अनेक गोष्टींचे भान येते. त्या प्रयत्नातच तन्मयता निर्माण होते. नवे नवे शोधायचा स्वभाव बनतो. म्हणूनच मी तुला कठोर परिश्रमाला प्रवृत्त केले. शोध घेण्यासाठी तल्लीनता हवी असते. त्यातूनच जिद्द येते.''

तरुण चरक खूप समाधानी झाले. औषधी क्षेत्रात ध्यास घेऊनच ते भविष्यकाळात महर्षी चरक मुनी बनले.

१५. काठी

एका गावात एक गवळी राहत होता. तो आडदांड व मुजोर होता. त्याच्या हातात नेहमी एक मोठी जाडशी काठी असे. म्हणून त्याला सगळे लाठीवाला म्हणत.

गावातील सगळे लोक त्याला वचकून असत.

त्याच गावात एक पंडित बिशनदास नावाचे गृहस्थ होते. त्यांनी हरियाणातून एक म्हैस आणली होती. खूप दूध देणारी, धडधाकट म्हैस होती. ती म्हैस बघूनच गवळ्याच्या तोंडाला पाणी सुटले. तो मनातल्या मनात विचार करू लागला. या म्हशीवर आपला हक्क दाखवायचाच. तो त्या म्हशीच्या मागावरच राहू लागला.

एके दिवशी गावातील सगळे पशू– गाई, बैल, म्हशी जंगलात चरत होते. गवळ्याने संधी साधली. तो पंडित बिशनदास याची म्हैस लाठीने हाकारत हाकारत घरी घेऊन आला. संध्याकाळी म्हैस परत आली नाही म्हणून पंडित बिशनदास तिला शोधण्यासाठी निघाले. लाठीवाल्या गवळ्याने तिला हाकारून नेले असे त्यांना कळले. आता काय करणार? ते विचार करू लागले. गवळ्याच्या घरी जाऊन त्याला विचारण्याची सोय नव्हती. तो काठी हाती घेऊन मारामारी करायला तयार असे. तो उद्धट व आक्रमक होता. पंडित बिशनदास सज्जन होते.

दुसऱ्या दिवशी पंडितजींनी राजाकडे फिर्याद केली. राजा मूर्ख होता. तो म्हणाला, "म्हैस तुमची आहे याला पुरावा काय? तिच्यावर तुमचे नाव लिहिले आहे का?"

पंडितजी बिचारे काय बोलणार? तेव्हा राजाने लाठीवाल्या गवळ्याला म्हैस घेऊन दरबारात बोलाविले. लाठीवाल्यासही राजाने तोच प्रश्न विचारला, "तुझे नाव म्हशीवर लिहिले आहे का?"

लाठीवाला गवळीही चक्रावला.

तेव्हा राजाने सांगितले, "जो कोणी या म्हशीला हाकारून नेईल त्याला म्हैस दिली जाईल."

पंडितजींनी म्हशीच्या अंगावर थोपटले. टकटक केले आणि ते तिला प्रेमाने बोलावू लागले. तेवढ्यात गवळ्याने हातातल्या काठीने तिच्या पाठीवर दोन-चार वार केले आणि तो तिला हाकारून घेऊन गेला. बिचारे पंडितजी म्हशीला बोलवितच होते.

तेव्हापासून अशा रीतीने जो कोणीही बळाच्या शक्तीच्या जोरावर अन्याय्यपणे जिंकतो, तेव्हापासून लोक 'ज्याची काठी त्याची म्हैस' असे म्हणू लागले.

१६. प्रसाद

एकदा संत तुकाराम जवळच्या गावी गेले होते. तेथील एका शेतकऱ्याने त्यांना उसाची मोळी दिली. तुकाराम आपल्या गावी परत जात होते. डोक्यावर उसाची एक मोळी होती. त्यांच्याच गावच्या माणसाची एक बैलगाडी रस्त्याने जात होती. तुकारामांना बघून त्याने बैलगाडी थांबविली. तुकारामांना त्यात बसविले. संत तुकारामांना गावोगावचे लोक ओळखत. रस्त्याने जे भेटत त्यांना ते नमस्कार करीत. तुकाराम प्रत्येकाला मोळीतला एक ऊस देत. वाटसरू प्रसाद म्हणून घेत. अशा रीतीने गावाला येता येता मोळी रिकामी झाली. फक्त दोन ऊस शिल्लक राहिले. तेव्हा गाडीवाला म्हणाला, ''संतजी तुम्ही सगळे ऊस वाटले.''

संत तुकाराम म्हणाले, ''नाही रे भाऊ, मी काहीही वाटले नाही. जो ज्याचा हिस्सा होता, तो त्याला मिळाला.''

गाडीवाला पुन्हा म्हणाला, ''पुष्कळ ऊस मिळाले होते. आता दोन तेवढे शिल्लक आहेत.''

संत तुकाराम त्याला समजावित म्हणाले, ''अरे भाऊ, वाटणी करण्याचा हक्क ना तुझा ना माझा. हे बघ. आता दोन ऊस आहेत, ते काही माझ्या हिश्श्याचे नाहीत.''

''अहो, दोन राहिले. ते आता तुमचेच. आता कोणाला देऊ नका.'' गाडीवाला म्हणाला.

तेव्हा संत तुकाराम हसले नि म्हणाले, ''अरे भाऊ, मी तेही ऊस कुणाला दिले नाहीत. ज्याच्या त्याच्या हिश्श्याचे दिले. आता या दोन उसांपैकी एक तुझा नि दुसरा माझा.''

गाडीवाल्याला त्यांनी बळजबरीने एक ऊस दिला. गाव येताच ते चौकात उतरले. गाडीवाला गावात गेला. रस्त्यात तुकाराममहाराजांचे घर होते. त्यांची पत्नी ओसरीत बसली होती. गाडीवाल्याने तिला मोठ्या प्रेमाने महाराजांच्या उदारतेची हकीकत सांगितली. तिला राग आला. तुकाराम घरी आले. हातात एक मोठा लांबलचक ऊस होता. तो ऊस पत्नीला देत म्हणाले, ''जिजाऊ, हा घे ऊस. खा.''

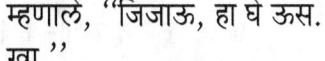

बायकोला तर राग आला होता. ती तणतणत होती. नवरा सगळी मोळी वाटून आला होता. तिने तो ऊस घेतला नि तुकारामांच्या दिशेने भिरकावला. तो ऊस खांबाला लागला. त्याचे दोन तुकडे झाले. एक तुकडा तुकारामांच्या पायाजवळ पडला. दुसरा ओसरीवर जिजाऊ उभी होती तिथे उडाला. तुकारामांना हसू आले. त्यांनी पायाजवळ पडलेला उसाचा तुकडा उचलला. सालकटे काढून ते खाऊ लागले. नि म्हणाले, ''माझ्या हिश्श्याचा प्रसाद मला मिळाला. मी तर तुला पूर्ण हिस्सा दिला होता. पण तुमच्या हिश्श्यात तर अर्धाच ऊस होता.''

१७. कृतज्ञता

'भारतेन्दु' हरिश्चंद्र यांचे पूर्ण नाव हरिश्चंद्र गोपाळचंद्र वैश्य असे होते. ते हिंदी भाषेतील नवयुगप्रवर्तक वाङ्मयसेवक होते. त्यांना हिंदी साहित्यात 'आधुनिक हिंदी गद्याचे जनक' म्हणून संबोधिले जाते. १८८५ मध्ये त्यांचे निधन झाले. त्यांनी आपल्या केवळ पस्तीस वर्षांच्या आयुष्यात विपुल लेखन केले. त्यांनी इतरांनाही हिंदीच्या सेवेसाठी तत्पर केले. हास्य व विनोद यांविषयी प्रथम त्यांनीच हिंदी भाषेत लेखनास प्रारंभ केला. हिंदी भाषेला एक विशिष्ट शैली असू शकते हे त्यांनीच दाखविले. देशभक्तीपर विचारांचाही त्यांच्याच लेखणीतून प्रारंभ झाला.

'भारतेन्दु' ही उपाधी आहे. त्यांच्या जीवनातील हा मोठा भावविभोर असा प्रसंग आहे. 'भारतेन्दु' हरिश्चंद्र स्वभावाने उदार होते. त्यांच्या असीम उदारतेने ते एकदा जवळपास कंगाल झाले होते. प्रपंच कसातरी रेटत होते. एक वेळ अशा आली की, त्यांच्याजवळ पत्रांचे उत्तर देण्यासाठीही पैसे नव्हते. पण विविध ठिकाणच्या मित्रांची त्यांना पत्रे येत होती. तेव्हा ते पत्रांची उत्तरे कागदांवर लिहून ठेवीत. त्यांची टेबलावर एक चळतच तयार झाली.

एकदा त्यांचे स्थानिक मित्र आले. गप्पागोष्टी सुरू झाल्या. त्यांना हरिश्चंद्राच्या टेबलावर कागदांवर लिहून ठेवलेल्या पत्रांच्या उत्तरांची एक चळतच दिसली. त्यांना वाटले, भारतेन्दुंचे नवीन लेखन असावे. त्यांनी उत्सुकतेने बघितले. ती तर पत्रांची उत्तरे होती. त्यांच्या मित्रांनी त्यांना पाच रुपये दिले. पोस्टाची पाकिटे आणून दिली. तेव्हा पैशाला पाकीट मिळे. पाच रुपयांत भारतेन्दुंची सगळी उत्तरे पोस्टाच्या पेटीत पडली.

नंतर त्यांची आर्थिक स्थिती सुधारली. आता जेव्हा केव्हा तो स्थानिक मित्र येतो किंवा त्यांना भेटतो तेव्हा भारतेन्दु त्या मित्राच्या खिशात पाच रुपयांची नोट बळजबरीने ठेवतात आणि म्हणतात, "तुम्हाला स्मरण नाही. तुमचे पाच रुपये मी देणे लागतो." त्यावर मित्र म्हणतो, "आता मी तुमच्याकडे येणारही नाही आणि भेटणारही नाही. तुम्ही प्रत्येक वेळी मला पाच रुपये देत आला आहात."

भारतेन्दुंच्या डोळ्यांत पाणी आले. ते म्हणाले, "मित्रा, तू मला अशावेळी पाच रुपये दिले होतेस की जेव्हा मी कंगाल होतो. मी जीवनभर जर आता तुला पाच रुपये दिले तरी तुझे उपकार माझ्याने फिटणार नाहीत."

१८. गूळ

वासंतीला पाच वर्षांचा मुलगा होता. त्याचे नाव दिनेश होते. ती दिनेशमुळे खूप संत्रस्त झाली होती. तो नेहमी झोपताना, जागा असताना, उठता-बसता खायला गूळ मागायचा. जास्त गूळ खाऊन त्याचे दातही खराब झाले होते. त्याचे आई-वडील त्याला सांगून, सवरून कंटाळले होते. एकदा शेजाऱ्यांनी, 'त्याला बाबादासांकडे न्या' असे सांगितले. जवळच्याच गावी संत बाबादास राहत होते. शेजारच्यांचे म्हणणे ऐकून वासंती दिनेशला घेऊन संत बाबादासांच्या आश्रमात गेली. तिथे खूप गर्दी होती.

गर्दी कमी झाल्यावर वासंती दिनेशला घेऊन आतल्या दालनात संत बाबादासांना भेटायला गेली. तेथे गुळाच्या अनेक भेल्यांची थप्पी बघून वासंतीला आश्चर्यच वाटले. तेथे येणारे लोक इतर वस्तूंबरोबर गूळही आणीत हे तिला माहिती नव्हते. ती सोबत काही फळे घेऊन गेली होती. तेथे गूळ बघताच दिनेश त्या गुळाकडे आईचा हात झटकून निसटून पळाला. त्याने गुळाचा एक मोठा खडा घेतला नि खाऊ लागला. संतांनी त्याला बघितले. त्याला जवळ बसविले. वासंतीला तर मेल्याहून मेले झाले. ती बाबादासांना हात जोडून म्हणाली, "बाबा, याचे गूळ खाणे बंद करा."

वासंतीचे बोलणे ऐकताच बाबा एकदम मोठ्याने मनापासून हसले. नंतर म्हणाले, "ठीक आहे बेटी, याला पुढच्या सोमवारी माझ्याकडे आण. आज तू जा." वासंती तेथून घरी आली.

पुढच्या सोमवारी ती बाबादासांच्या आश्रमात गेली. दिनेश बाबादासांच्या दालनात चौफेर बघू लागला. पण त्याला आज तिथे गुळाच्या भेल्या काही दिसल्या नाहीत. तेथे गूळ दिसला नाही म्हणून वासंतीलाही नवल वाटले. बाबादासांनी दिनेशला प्रेमाने जवळ बोलाविले. त्याला ते शांतपणे म्हणाले, "बाळ, गूळ खाणे चांगले नाही. क्वचित थोडासा खावा. जास्त खाणे वाईटच आहे. सवय लावून घेऊ नये. तुझे दात बघ. किडले आहेत. मग तुला जेवण कसे करता येईल?" नंतर ते वासंतीला म्हणाले, "बेटी, आता तू जा. तुझा मुलगा गुळाबद्दल तुला त्रास देणार नाही."

वासंती म्हणाली, "बाबा, हे तर तुम्ही मागच्या सोमवारीसुद्धा सांगू शकला असता." बाबादास म्हणाले, "बेटी, त्या दिवशी मी हे सांगू शकत नव्हतो. कारण तोपर्यंत जीवनात मी खूप गूळ खात आलो आहे. माझ्याकडे गूळच गूळ असे. आता मी गूळ खाणे बंद केले आहे. स्वत: संयम केला तरच आपण दुसऱ्याला सांगू शकतो."

१९. उपेक्षा

एक लहानसे शहर होते. त्या शहरात एक सुखी व सधन गृहस्थ राहत होते. त्यांची धर्मपत्नी अकालीच मृत्यू पावली होती. त्यांना एकुलता एक पुत्र होता. आता ते गृहस्थ वयस्कर झाले होते. ऐंशीच्यावर त्यांचे वय झाले होते. घरातील आर्थिक स्थिती उत्तम होती. पण आता शारीरिकदृष्ट्या ते गृहस्थ विकल झाले होते. हातापायातील ताकद क्षीण झाली होती. डोळ्यांना अंधुकसे दिसत असे. क्षीणतेमुळे त्यांचे हात थरथरत.

त्यांचा पुत्र व सून दोघे त्यांची उपेक्षा करीत. नवराबायकोंना ते नकोसे झाले होते. पण ते काय करणार? त्यांना मरण येत नव्हते. जेव्हा ते गृहस्थ जेवण करीत तेव्हा घाससुद्धा ते व्यवस्थित पकडू शकत नसत. घराबाहेरील पडवीतच ते आता राहात.

त्याच्या सुनेचे माहेर खेड्यातले होते. ती त्यांच्यासाठी तेथील कुंभाराकडून मातीचे ताट म्हणजे पायले घेऊन आली होती. त्यातच ती त्यांना वाढायची. ते गृहस्थ कसेबसे जेवण करीत. एके दिवशी त्या वृद्ध व्यक्तीच्या हातून ते पायले नळावर धुताना खाली पडले. त्याचे तुकडे तुकडे झाले. सून त्यांच्यावर ओरडलीच.

तिने तिच्या भावाला खेड्यात फोन केला. त्याला येताना एक बडगी बाजारातून विकत आणायला सांगितली. खेड्यात लाकडाच्या ओंडक्यापासून बनविलेल्या बडग्या सुतार तयार करतात. गरीब लोक खेड्यापाड्यात त्या बडग्यातच भाजी भाकर घेऊन जेवतात. ते काष्टपात्र लवकर फुटायचा वा तुटायचा संभव नसतो. आता त्या वृद्ध गृहस्थाला सून त्या बडगीतच वाढू लागली. म्हाताऱ्याला पूर्वीचे दिवस आठवत. बायको आठवे. जेवताना बडगीत आसवे पडत. ज्या पुत्राला प्रेमाने, वात्सल्याने वाढविले. ज्याला वैभव प्राप्त करून दिले तो अशी आपली उपेक्षा करतो याचे त्याला दुःख होते.

म्हाताऱ्याला आठ-दहा वर्षाचा नातू होता. नातवाला आजोबाचा लळा होता. नातवाला ते काष्ठपात्र आवडे. त्याने लाकडाचा ओंडका मिळविला. तो ते आत गोलाकार तासायला लागला. तो तसे काष्ठपात्र म्हणजे बडगी तयार करीत होता. त्याला एकदा रागावत त्याचे वडील म्हणाले, "अभ्यास सोडून हे काय खेळत आहेस?"

तो मुलगा त्याच्या वडिलांना अभिमानाने म्हणाला, "बाबा, आई आणि तुम्ही जेव्हा आजोबांप्रमाणे म्हातारे व्हाल, तेव्हा तुमच्या जेवणासाठी मी या लाकडाच्या दोन बडग्या तयार करून ठेवीत आहे." ते वाक्य ऐकताच त्या तरुण जोडप्याचे डोळे उघडले.

२०. सर्वश्रेष्ठ भेट

एकोणिसाव्या शतकात होऊन गेलेला राल्फ राल्डो इमर्सन हा निबंधकार व कवी होता. जीवनविषयक तत्त्वज्ञानावर तो व्याख्यानेही देत असे. तो लोकप्रिय वक्ता होता. त्याची 'नेचर' व 'द कॉन्डन्ट ऑफ लाईफ' ही दोन पुस्तके खूप गाजली. या दोन्ही पुस्तकात अत्यानंदाचा आविष्कार आहे. या दोन्ही पुस्तकातील हजारो वचने जगभर विखुरली आहेत. ''जे सहानुभूतीने वागतात, त्यांनाच जीवनाचे रहस्य कळते.'' त्यांचा एक विचार आहे.

गुस्तफा केमाल हा तुर्कस्थानातील सैन्यात अधिकारी होता. नंतर तो राजकारणात आला. विसाव्या शतकाच्या पूर्वार्धात तो तुर्कस्थानाचा पंधरा वर्षे अध्यक्ष होता. पाश्चात्य देशांच्या धाटणीनुसार त्याने तुर्कस्तानामध्ये सामाजिक व राजकीय क्रांती केली. शैक्षणिक सुधारणा घडवून आणल्या. तुर्कस्थानचा 'राष्ट्रपिता'. अतातुर्क मुस्तफा केमाल त्याच्या जीवनातील उच्च स्थानावर होता तेव्हाची ही गोष्ट आहे.

केमालपाशा अध्यक्ष असताना एकदा त्याचा वाढदिवस धुमधडाक्यात साजरा केला गेला. त्या दिवशी प्रचंड मोठा समारंभ होता. समारंभ आटोपून रात्री उशीराच तो आपल्या महालात विश्रांतीसाठी गेला.

त्यानंतर एक थकलेला भागलेला वृद्ध माणूस तेथे आला. त्याने सुरक्षारक्षकांकडे अध्यक्षांना उपहार देण्याची इच्छा व्यक्त केली. त्या सैनिकांनी त्याला खूप टाळले. पण म्हातारा फार दूरवरून आला होता. शिवाय तो रक्षकांना वारंवार विनंती करीत होता. शेवटी केमालपाशा यांच्यापर्यंत ती बाब गेली. केमालपाशा रात्री परिधान केलेल्या वेषातच महालातून खाली आला.

एक मातीचे भांडे ही म्हाताऱ्याची भेट होती. मातीच्या छोट्याशा त्या मडक्यात त्याने मध आणले होते. म्हाताऱ्याने स्वत:च मधाचे पोळे झाडावरून तोडले होते. त्यानेच स्वत: आपल्या हातांनी पोळ्यातून मध काढून मडक्यात भरून आणला होता. केमालपाशा म्हाताऱ्याच्या जवळ जाऊन बसला. म्हाताऱ्याने मडके उघडले. केमालाशाने दोन बोटे भरून मध दोनदा चाटला. तिसऱ्यांना बोटे मधात बुडविली. म्हाताऱ्याला खूण केली आणि त्याच्या तोंडात मध टाकला. म्हातारा भावविभोर होऊन आनंदित झाला. त्याचा आनंद तर गगनात मावला नाही. तो खूपच संतुष्ट व तृप्त झाला.

केमालपाशा म्हणाला, ''बाबा, आज तुम्ही मला सर्वश्रेष्ठ भेट दिली आहे. तुमचे माझ्याबद्दलचे खरेखुरे प्रेम, आदर व विश्वास या भेटीत आहे. तुमच्या भाव-भावनांनी तर तुमची भेट फारच अनुपम बनविली आहे.''

२१. देवदूत

तेंव्हा दळणवळणाची साधने नव्हती. होती तीही खूप वेळ घेणारी होती. लोक घोड्यावर बसून गावोगावी जात. बैलगाडीचा उपयोग करीत. बहुसंख्य तर मुक्काम दर मुक्काम करीत पायीच जात. एक व्यापारी होता. पावसाळा संपला. तो व्यापाराच्या निमित्ताने प्रवासाला निघाला. दिवाळीच्या सुमारास तो घरी परतणार होता. एके दिवशी चालत चालत तो सायंकाळी एका गावी आला. तेथे रस्त्याच्या कडेला असलेल्या एका गरीब माणसाच्या झोपडीत त्याने मुक्काम केला. त्याने रात्र तिथे घालविली. सकाळ झाल्यावर पुन्हा प्रवासाला निघाला.

तो निघून गेल्यावर त्या गरीब स्त्रीला झोपडीत काहीतरी पडलेले दिसले. ते पाहून 'अहो, लवकर इकडे या हे पहा काय?' असे ती जोराने ओरडून म्हणाली. तिचा नवरा अंगण स्वच्छ करीत होता. तो पळतच आत आला. पाहतो तर काय पैशाची थैली!

तिचा नवरा म्हणाला, "आता आपण काय करणार?"

त्यांनी ती थैली एका गाडग्यात ठेवली. त्यावर दुसरा गाडगा ठेवला. त्याची वाट बघायचे ठरविले. एवढी मोठी रक्कम विसरल्यामुळे तो शोध घेत अवश्य येईल. अशी यांची खात्री होती.

दिवस जात होते... पण व्यापारी काही आला नाही. थैली नाही हे ध्यानात आल्यावर कुठेतरी पडली असावी आणि कोणीतरी ती आतापर्यंत लंपासही केली असावी, असा विचार करून तो पुढे जात होता. व्यापारी जीवनात असे घडतेच.

काही महिन्यानंतर तोच व्यापारी परत येत असलेला या नवराबायकोला योगायोगाने दिसला. त्यांनी त्याला थांबविले. झोपडीत आणले. त्याला ती थैली सुपूर्द केली. व्यापाऱ्याचा आपल्या डोळ्यांवर विश्वास बसेना. तो म्हणाला, "तुम्ही माणसे नाहीत. देवदूत आहात, देवदूत! तुम्ही जे केले आहे, ते फक्त देवदूतच करू शकतात. पैशाचा लोभ फार मोठा आणि वाईट असतो, तो माणसाला सैतान बनवितो." असे म्हणून त्याने काही सुवर्णमोहरा त्यांना देऊ केल्या. पण त्यांनी स्वीकारल्या नाहीत. ते म्हणाले, "तुमची थैली तुम्हाला परत मिळाली, हेच आम्हाला... मोठे बक्षीस आहे."

22. अर्धा मीटर दूध

एके दिवशी शेखचिल्ली बाजारात गेला. तेथे हलवाई एका छोट्या मापाने कढईत दूध टाकत होता.

"हे तुम्ही काय करीत आहात?" शेखचिल्लीने उत्सुकतेने विचारले.

हलवाई कडक आवाजात म्हणाला, "तुला दिसत नाही का, मी दूध मोजत आहे."

हलवायाच्याच आवाजात शेखचिल्ली म्हणाला, "अहो, उगाच भारी काय भरताय? मी तर केवळ विचारलेच ना?" मग तो तेथून गेला.

दुसऱ्या दिवशी शेखचिल्लीची आई म्हणाली, "शेख, हे दोन रुपये घे आणि हलवायाच्या दुकानातून दूध आण."

शेखचिल्लीने एक तांब्या घेतला आणि दूध आणायला निघाला. जेव्हा तो हलवायाच्या दुकानात गेला तेव्हा विचार करायला लागला. आईने दोन रुपयांचे दूध मागविले. पण किती आणायचे हे नाही सांगितले. आईन काहीतरी माप सांगायला हवं होतं. नाहीतरी हलवाई मोजूनमापूनच दूध विकतो.

शेखचिल्ली जेव्हा दूध घ्यायला आला, तेव्हा हलवाई एका गिऱ्हाईकासाठी दूध थंड करीत होता. हलवायाने त्याला तिथे उभा असलेला बघून विचारले, "तुम्हाला काय पाहिजे आहे?"

"दूध घ्यायचे आहे." शेखचिल्ली झटकन बोलला.

"किती?" हलवायाने हातातले काम बाजूला ठेवून माप उचलले आणि विचारलं.

"ते तर आईने काही सांगितले नाही."

"तर जा. पळ. अगोदर विचारून ये." हलवाई धुश्शातच बोलला, "उगाच दुकानासमोर उभे राहतात. बावळट!"

हलवाई दूध धंड करायच्या कामाला पुन्हा लागला. शेखचिल्ली गुपचूप शांतपणे उभं राहून बघत होता. हलवाई ग्राहकासाठी दूध थंड करताना दुधाची उभी धार बांधतोच, असे त्यानं बघितलं.

शेखचिल्लीने विचार केला हा या गिऱ्हाईकाला मीटरच्या हिशोबाने दूध मोजून देत आहे.

आपला तांब्या हलवायाला देत शेखचिल्ली म्हणाला, "अहो, हलवाईबुवा, दूध मोजून द्या."

"किती?"

"अर्धा मीटर मोजून द्या." शेखचिल्लीने सांगितले.

जवळच उभा असलेला ग्राहक व हलवाई दोघेही एकदम खुदकन हसले.

"कमाल आहे. माझ्या म्हणण्यावर सगळेच हसतात. मूर्ख कुठले!"

खरोखरच मूर्खातला मूर्खही स्वत:ला ज्ञानी समजतो.

23. शाकाहार

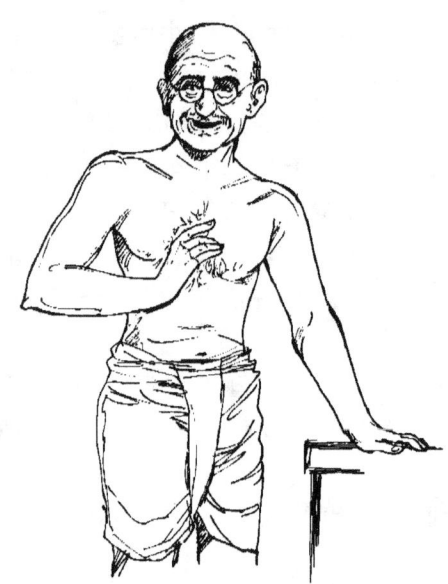

गांधीजी लंडन येथे बॅरिस्टर होण्यासाठी गेले होते. तेथे त्यांची एका ख्रिस्ती पुरोहिताशी चांगलीच मैत्री झाली. दोघांमध्ये प्रामुख्याने धार्मिक चर्चाच होत असे. गांधीजी मन:पूर्वक चर्चा करीत. त्यात सहज व सात्त्विक भाव होता. पण तो पुरोहित गांधीजींवर प्रभाव टाकण्याचा प्रयत्न करीत असे. त्याला यश मात्र आलं नाही. त्यामुळे त्याचा 'अहं' दुखावला होता. गांधींना ख्रिस्ती करायचे असा त्याचा निश्चय होता. प्रत्येक रविवारी तो गांधीजींना जेवणास निमंत्रित करीत असे.

गांधीजी त्याच्या निमंत्रणाचा स्वीकार करीत.

रविवारी ख्रिस्ती पुरोहिताने आपल्या घरात शाकाहारी जेवण तयार करायला सांगितलं. ही नवीनच बातमी ऐकून त्याच्या मुलांनी विचारले, "शाकाहारी भोजन कुणासाठी?"

पुरोहित त्यांना म्हणाले, "माझे मित्र गांधी, आपल्या घरी जेवण घेणार आहे. ते मांसाहारी जेवण घेत नाहीत."

मुलांची जिज्ञासा खूपच वाढली. त्यांनी विचारलं, "असं का?" तेव्हा 'सर्व प्राण्यांमध्ये एकसारखाच जीव आहे. मग कोणाची हत्या का म्हणून करावी? उद्याच्या दिवशी कुणीही आम्हांलाही मारून खाईल...' असं गांधीजींचं म्हणणं आहे.

मुले एकदम म्हणाली, "तुमचे मित्र गांधी यांचे विचार फारच चांगले आहेत. आम्हीसुद्धा त्यांच्याच प्रमाणे वागायला हवं." गांधीजी पुरोहिताकडे गेले. मुलांमध्ये मिसळले. खेळले. गप्पागोष्टी केल्या. मुले खूपच आनंदली आणि प्रभावित झाली. आता दर रविवारी गांधीजी तेथे जात होते. तिथे घरात शाकाहारी भोजन शिजत होते.

मुलांना त्यात आनंद वाटत होता. मुले इतर दिवशीही शाकाहारी भोजनाची मागणी करीत होती. हा बदल बघून पुरोहित घाबरला.

एके रविवारी तिसऱ्या प्रहरी जेव्हा गांधीजी ख्रिस्ती पुरोहिताच्या घरून परत जायला निघाले तेव्हा तो पुरोहित त्यांना म्हणाला, "मिस्टर गांधी, आता मी माझे निमंत्रण मागं घेत आहे."

हसत हसत गांधीजींनी विचारले, "का? काय झालं?"

पुरोहित काहीही आडपडदा न ठेवता स्पष्टपणे म्हणाला, "मिस्टर गांधी, तुम्हाला ख्रिस्ती धर्माची दीक्षा देण्याच्या उद्देशानेच मी तुमच्याशी खूप मैत्री वाढविली. पण उलटंच घडलं आहे. अहो, माझी मुले हिंदू बनण्याची तयारी करीत आहेत. असं मला दिसत आहे."

२४. विनम्रता

एक राजपुत्र गुरुगृही राहून आश्रमात अध्ययन करीत होता. शिष्य म्हणून तो उत्तम होता. राजपुत्र असूनही इतर शिष्यांप्रमाणेच तो शिष्यधर्माचे अक्षरश: पालन करीत होता. तो अतिशय श्रद्धाळू व जिज्ञासू होता. विनयशील होता. काळ सरकत होता. राजपुत्राचे शिक्षण पूर्ण झाले.

निरोपाचा प्रसंग आला. शेवटच्या दिवशी त्याला पदवी मिळणार होती. त्या दिवशी राजपुत्राचा पिता तसेच तोच त्या राज्याचा राजा म्हणून घ्यायला आला होता. समावर्तन विधी आटोपला. आता शिक्षण पूर्ण झाले होते. राजा आपल्या पुत्राला सोबत घेऊन निघणार होता. तेव्हा राजाने गुरुंना विचारलं, ''आचार्य, अजून काही शिक्षण शिल्लक तर राहिलं नाही ना?''

''शेवटचा एक पाठ शिल्लक राहिला आहे.''

''आपण तोही पाठ पूर्ण करावा.'' राजा म्हणाला.

आचार्यांनी जवळच ठेवलेला चाबूक उचलला. राजकुमारास समोर उभं राहण्यास सांगितलं. तेव्हा त्यांनी राजकुमाराच्या पाठीवर सपासप तीन फटकारे ओढले. तिथे उपस्थित असलेल्या सगळ्यांनाच आचार्यांचे हे वागणं उचित वाटले नाही. ते सारे स्तंभित झाले. राजपुत्र मात्र शांत उभा होता. त्याने हात जोडले. आचार्यांच्या चरणांना स्पर्श केला. नमस्कार करून तो म्हणाला, ''आचार्य, अजून आपली काही आज्ञा आहे का?''

आचार्य म्हणाले, ''वत्सा, आता काहीही नाही. तू जा. तुझे कल्याण होईल.'' राजा मात्र आश्चर्यचकित झाला. त्यानं विचारलं, ''आचार्य, माझी एक शंका आहे. आपण आगाऊपणाबद्दल मला क्षमा कराल तर प्रश्न विचारू का?''

''राजा, विचार. जे विचारायचं ते विचार.''

राजाने विचारले, ''आचार्य, चाबकाचे तीन सपासप फटकारे मारून आपण कोणत्या अपूर्ण शिक्षणाची पूर्ती केली आहे?''

आचार्य हसत म्हणाले, ''विनयशीलतेची. राजा, नम्रतेशिवाय शिक्षण अपूर्ण आहे. राजपुत्राला शिक्षण चांगलं मिळालं. त्यानं अध्ययनही मन लावून केलं. पण त्याने प्राप्त केलेल्या विद्या, विनयाने पूर्ण आहे अथवा नाही हे जाणणे बाकी होते. तेही तुमच्यासमोर स्पष्ट झालं. विनयाशिवाय विद्या फळ देत नाही. तसेच राजपुत्राला भविष्यकाळात राजा व्हायचं आहे. तो अपराध्यांना शिक्षा करेल. म्हणून शिक्षेचे दु:ख कसं असतं तेही त्याला समजणे आवश्यक आहे.'' राजपुत्राला योग्य शिक्षण मिळाल्याचं राजाला समाधान वाटलं.

२५. ईश्वरी आज्ञा

बेंजामिन फ्रँकलिन हे अष्टपैलू व्यक्तिमत्त्व होते. ते राजकारणी, शास्त्रज्ञ व लेखक होते. अठराव्या शतकात ते अमेरिकेत होऊन गेले. ते पत्रकारसुद्धा होते. आकाशातील वीज व पृथ्वीवर निर्माण केलेली वीज यांच्यात फरक नाही हे बेंजामिन फ्रँकलिन यांनीच सांगितले. ''अत्याचारी माणसाला विरोध करणं हे ईश्वराची आज्ञा पाळण्यासारखंच आहे.'' असा त्यांचा एक विचार आहे.

तैमूरलंग हा क्रूर म्हणून इतिहासात कुप्रसिद्ध आहे. त्याकाळी गुलाम असत. तैमूरलंगाने अनेक गुलाम पकडले होते. तो त्यांची विक्री करीत असे. त्यात त्याला पैसा मिळत असे. गुलाम विकताना तो स्वत: त्यांची किंमत ठरवित असे. सौदा पटला तरच विकत असे. त्याने जे अनेक गुलाम पकडून ठेवलेले होते त्यात एक तत्त्वज्ञ होते. ते तुर्कस्थानातील होते. त्यांचे नाव अहमदी होते. अहमदी विचारवंत होते. एकदा तैमूरलंगाने त्यांना समोर उभ्या असलेल्या दोन गुलामांची किंमत विचारली.

तत्त्वज्ञ अहमदी त्याला म्हणाले, ''हे दोन्ही गुलाम सालस व कष्टाळू आहेत. त्यांची शरीरयष्टी चांगली आहे. त्यांची प्रत्येकाची किंमत चार चार हजार अशर्फीपेक्षा कमी नाहीच.''

तैमूरलंगाला नवल वाटलं. अहमदींनी तत्कालीन पद्धतीनुसार व होणाऱ्या सौद्यानुसार योग्य व अचूक किंमत सांगितली होती. तैमूरलंगाने त्यांना पुन्हा प्रश्न विचारला, ''माझी किंमत किती होईल सांग बरं?''

थोडा विचार करून तत्त्वज्ञ अहमदी म्हणाले, ''दोन अशर्फी!''

क्रोधाने प्रक्षुब्ध व लालेलाल झालेला तैमूरलंग ओरडला, ''हा माझा अपमान आहे. दोन अशर्फी! अरे, मूर्खा, नालायका, हरामखोरा, इतक्या पैशांची तर माझ्या अंगावरची चादर आहे.''

तत्त्वज्ञ अहमदी शांत होते. निर्भयतेने ते उभे होते. रागाने लालेलाल झालेला तैमूरलंगाचा चेहरा त्यांनी बघितला. नंतर ते हळूवार शांतपणे म्हणाले, ''तुमच्या अंगावरील चादर बघूनच मी ही किंमत सांगितली आहे. तुझ्यासारख्या क्रूर व अत्याचारी माणसाची किंमत तर एक छदाम सुद्धा नाही... होणारच नाही.''

तत्त्वज्ञ अहमदी यांची निर्भयता बघून तैमूरलंगाच्या क्रोधाचा पारा खाली उतरला. सत्य बोलणाऱ्या व सत्य बोलण्याची हिंमत करणाऱ्या तत्त्वज्ञानाला तैमूरलंगाने मुक्त केलं.

२६. अहंकार

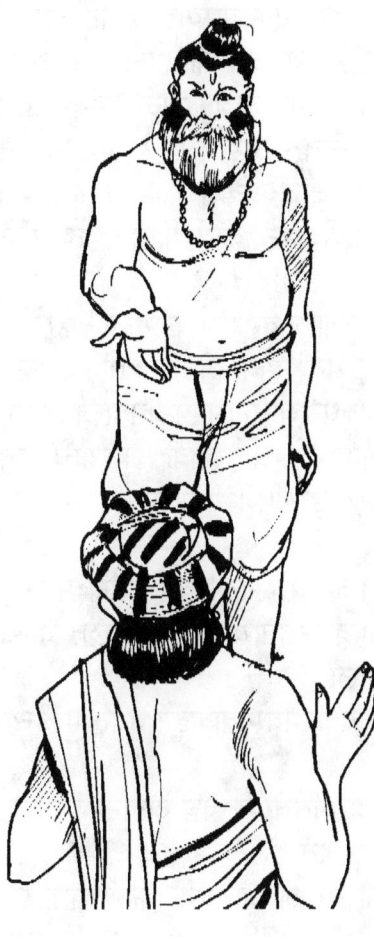

फार जुनी गोष्ट आहे.

एक होता राजा. हा राजा एकदा आपल्या लवाजम्यासह एका अनामिक साधूच्या आश्रमात आला. राजाने साधूला नमस्कार केला. राजा म्हणाला, "महाराज, आपण कोणाकडूनही दान स्वीकारत नाही, असे ऐकले आहे. पण एखादा दानशूर असतोच. त्याला दान द्यायचंच असतं. तुमच्यासारख्या साधूंनी तर तसं दान स्वीकारायलाच हवे. सध्या माझ्याइतका दानशूर, प्रजाहितदक्ष, न्यायप्रिय व कुशल प्रशासक असलेला दुसरा कोणी राजा नाही."

साधूने राजाचे म्हणणं ऐकलं. या राजाला स्वतःबद्दल खूप अहंकार झाला आहे याची साधूला जाणीव झाली. म्हणून काहीही न बोलता हसत हसत साधूने आपला उजवा हात राजासमोर धरला. साधूने आपल्यासमोर दान स्वीकारण्यासाठी हात पसरल्याचे बघून राजाला खूप आनंद झाला.

राजाने त्वरित सेवकांना इशारा केला. सेवकांनी तिथे पुष्कळसे धान्य व वस्त्रे आणून साधूसमोर ठेवली.

साधू म्हणाले, "राजा, माझ्या आश्रमात माझ्यासहित सगळे श्रम करतात. एकाही दिवसाचा खंड पडत नाही. त्यामुळे माझ्याकडे धान्य व वस्त्र यांचा थोडासाही अभाव नाही."

राजाने पुन्हा सेवकांना इशारा केला. सेवकांनी सुवर्णाच्या मोहोरांनी भरलेल्या पिशव्या तेथे आणून ठेवल्या.

साधू म्हणाले, "राजा, नको. साधूला सोन्याची गरज नाही. साधू तर स्वतःच सोने आहे. तो जितके तप करतो तितकाच तो तळपतो. चमकतो."

नंतर साधूने राजासमोर पुन्हा हात केला.

राजाला साधू आपला अपमान करीत आहे असे वाटले. राजा तुच्छतापूर्वक म्हणाला, "महाराज, तुमची इच्छा असेल तर मी माझे राज्य तुम्हाला दान करू शकतो. तुम्ही मागा."

"राजा, राज्य तर तुझे नाहीच. जनतेचे आहे. मी राज्य घेऊन काय करू?.... जर तुम्हाला द्यायचे असेल तर तुमचा अहंकार मला दान करा. कारण अहंकारी शासक राज्याचे भले करू शकत नाही. म्हणून राजा, अहंकाराचा त्याग कर. लोकांच्यात मिसळून त्यांचे सुखदुःख जाणून घे."

साधूचे हे बोलणे ऐकून राजा मनात वरमला. साधूला नम्रतापूर्वक नमस्कार करून तो राज्यात परतला.

२७. सोयरिक

ही एक लोककथा आहे. एक मारवाडी होता. चांगला श्रीमंत होता. पण त्याची कन्या चकणी होती. ती आता विवाहयोग्य झाली होती. पण तिला स्थळे सांगून येत नसत. त्यामुळे मारवाडी चिंतेत असायचा. जुन्या काळात न्हावी व ब्राह्मण सोयरिक जुळविण्याचे काम करीत. पण सोयरिक जुळविण्यात न्हावी मोठे कार्य पाडीत. त्यात ते पटाईत होते.

मारवाड्याने एक न्हाव्याला वर संशोधनासाठी बाहेरगावी पाठविले. रस्त्यात एक दुसरा न्हावी भेटला. तो आपल्या यजमानाच्या मुलासाठी वधूसंशोधनासाठी निघाला होता. मग काय? दोघांनी आपापले बाहेरगावी जाण्याचे हेतू सांगितले. दोघांनी तेथेच झाडाखाली गप्पा मारीत सोयरीक पक्की केली.

दोघे आपापल्या गावी परत गेले. तेथे त्यांनी मुलगी, मुलगा, सोयरे यांच्याविषयी स्तुतीचा वर्षाव केला. दोन्ही बाजूंनी संबंध पक्का झाला.

ठरलेल्या विवाहादिवशी नवरेदवाकडून वरात मुलीच्या घरी आली.

सप्तपदीच्या विधीप्रसंगी वर व वधू दोघांना अग्नीच्या भोवती सातफेरे फिरावे लागते.

वरपक्षाकडील धुरीण म्हणाले, "आमच्याकडे रीत थोडी वेगळी आहे. वर काही सात फेरे करीत नाही. एकटी वधूच अग्नीला सात फेरे घालते."

कन्यापक्षाकडील तर सगळेच दबून होते. वधू चकणी होती. त्यांना निभावून न्यायचे होते. गुपीत फुटू नये म्हणून ते वरपक्षाचे सर्व ऐकून घेत. कन्यापक्ष असहाय होता.

स्त्रियांमध्ये तेव्हा पडदा पद्धती निक्षून पाळली जाई. कन्येने पदराचे घुंगट घेतले होते. त्यामुळे ती चकणी असल्याने बिंग फुटायचा संभव नव्हता. जेव्हा कन्येने अग्नीला सात फेरे घातले तेव्हा कन्यापक्षाकडील गाणे गाणारी ती न्हावीणच होती. ती आनंदाने म्हणाली, "माझ्या चकणीने जग जिंकले हो."

तेव्हाच वरपक्षाकडील चाणाक्ष न्हावी जे समजायचे ते तो समजला. जवळच बसलेल्या न्हावीणीला ऐकवत तो म्हणाला, "नवरा लंगडा हे समजले हो समजले."

नवरदेव लंगडा होता.

आतापर्यंत कन्यापक्षाकडील लोक आपण वरपक्षाला कसे मूर्ख बनविले असे समजत होते... तर वरपक्षाकडील लोक लंगडा नवरा मुलीच्या माथी कसा मारला म्हणून खुशीत होते. पण आता दोन्ही पक्षांना माहिती झाली होती. जशाच तसे मिळाले होते.

२८. पळू नका

स्वामी विवेकानंदांच्या जीवनातील ही मोठी बोधप्रद गोष्ट आहे. स्वामी रामकृष्ण परमहंसांनी शरीर-त्याग केल्यानंतर त्यांचे शिष्य विवेकानंद तीर्थयात्रेला निघाले. अनेक तीर्थांचे दर्शन त्यांनी घेतले. काशीला आले. तेथे विश्वनाथ मंदिरात गेले. काशीविश्वेश्वराचे दर्शन घेऊन मंदिरातून बाहेर आले. तेथे काही माकडे या झाडांवरून त्या झाडांवर आणि परिसरातील भिंतींवर जात. येत होती. स्वामीजींनी हे दृश्य बघितले. स्वामीजी जसे पुढे चालायला लागले. तशी माकडे त्यांच्या मागोमाग चालू. उड्या मारू लागली.

त्यावेळी स्वामीजी लांबलचक अंगरखा परिधान करीत. डोक्यावर फेटा बांधत. स्वामीजी विद्याप्रेमी व ग्रंथप्रेमी होते. त्यांच्या अंगरख्याच्या खिशात पुस्तके आणि कागद असत. माकडांना वाटले, त्यांच्या खिशात चणे वगैरे खायचे पदार्थ आहेत.

आपल्या मागोमाग माकडांचा कळप येत आहे हे बघून स्वामीजी घाबरले. थरारले. ते अधिक गतीने चालू लागले. माकडेसुद्धा अधिक गतीने उड्या मारीत होती. माकडे येतच आहेत, हे बघून स्वामीजी पळू लागले. माकडेही त्यांच्या मागोमाग पळत होती.

स्वामीजींना दरदरून घाम आला होता. माकडे काही त्यांचा पाठलाग करणे सोडत नव्हते. लोक हा खेळ मजेने बघत होते. कोणीही स्वामीजींच्या मदतीला येत नव्हते.

तेवढ्यात एक जोरदार आवाज आला : ''पळू नका.''

स्वामीजींच्या कानावर ते शब्द पडले. त्यांना बोध झाला. संकटांना घाबरून आपण पळतो तेव्हा संकटेही मागोमाग पळत येतात. जर हिंमतीने त्यांच्याशी झगडलो तर ती माघार घेतात.

मग काय? स्वामीजी निर्भय झाले. ते निर्भयतेने एका जागी ठाम उभे राहिले. माकडेही थांबली. स्वामीजी उभे होते. माकडेही थांबली होती. नंतर स्वामीजी उभे होते, संथ गतीने तिथेच चालू लागले... माकडेही परत फिरली.

या दिवसापासून स्वामीजींच्या जीवनात नवे परिवर्तन घडले. साहस, हिंमत, निर्भयता त्यांच्यात आली. ते भारतभर हिंडले. देश बघितला. लोक बघितले. अनेक वाईट गोष्टी बघितल्या. पण त्यामुळे ते घाबरले वा कचरले नाहीत. त्यांनी येणाऱ्या संकटांना, वाईट गोष्टींना आत्मविश्वासाने टक्कर दिली.

२९. म्हातारी

विसाव्या शतकात हिंदी भाषेचे एक थोर कथाकार होऊन गेले. त्यांचे नाव होते कन्हैयालाल मिश्र 'प्रभाकर.' शहरी वातावरणातील त्यांच्या कथा वेधक आहेत. त्या कथेचा आशय या गोष्टीत दिला आहे. आशय खूप शिकण्यासारखा आहे.

एक मोठी हवेली होती. तिचे तीन भाग होते. प्रत्येक भागात एकेक कुटुंब भाड्याने राहात होते. एका बाजूला कुन्दनलाल, मधल्या भागात रहमानी तर दुसऱ्या बाजूला जयवंत सिंह. वरच्या मजल्यावर घरमालक राहत.

एके दिवशी रात्री ठीक बारा वाजता रहमानी यांच्या लहानग्या वर्षभराच्या मुलाने पप्पूने रडायला प्रारंभ केला. तो पुन्हा पुन्हा रडत होता. जोरजोराने रडत होता. आईने त्याला खूप कुरवाळले. बाप खांद्यावर घेऊन त्याला घरभर हिंडला. बहिणीने त्याला मांडीवर घेऊन थोपटले. पण पप्पू सारखा रडत होत, शांत होत नव्हता.

त्याच्या रडण्याने एका बाजूला राहणारे कुन्दनलाल जागे झाले. ते सारखे या कुशीवरून त्या कुशीवर होत होते. ''या पोराने माझ्या झोपेचे खोबरे केले. अरे बाबा, तुला त्रास होत आहे तर सहन कर. आम्हांला कशाला त्रास देतोस.'' असे म्हणत म्हणत ते झोपले नि घोरूही लागले.

दुसऱ्या बाजूला राहणारे जयवंत सिंह यांचीसुद्धा झोप मोडलीच. त्याने कुशी बदलता बदलता विचार केला, ''पोरगे खूपच रडते आहे. चांगलेच त्रासले आहे. काहीतरी दुखत असेल. हे देवा! त्याचे दुःख कमी कर. त्याला झोप लागू दे आणि मलाही झोपू दे.''

हवेलीच्या समोर एक छोटेसे धाब्याचे घर होते. रामदुलारी नावाची म्हातारी तेथे राहत होती. पप्पू जोरजोराने रडत असल्याने म्हातारीही जागी झाली होती. ती उठली. स्वयंपाकाच्या खोलीतून एक डबी धुंडली. काठी शोधली. हातात कंदिल घेतला. रहमानीच्या खिडकीजवळ आली. हातातल्या काठीने खिडकीवर टकटक केले नि म्हणाली, ''बहू ऽ ऽ बहू ऽ ऽ हा हिंग घे. तो जरा पाण्यात घोळव. घट्टसा कर आणि पप्पूच्या बेंबीवर लाव. आजूबाजूलाही लेप लाव. लहान बाळ आहे. पोट दुखत असेल. काळजी करू नकोस. झोपेल पप्पू लगेच.''

म्हातारी समाधानी होती. कुन्दनलाल स्वप्ने बघत गाढ झोपला होता. जयवंत सिंह थकलेला होता. रहमानीची बायको पप्पूच्या बेंबीवर हिंगाचा लेप लावीत होती. पप्पूच्या डोळ्यात झोप तरंगू लागली.